# జైహింద్

(నాటకం)

ఆచార్య కొలకలూరి ఇనాక్

జ్యోతి గ్రంథమాల

తపోవన్‌నగర్
అనంతపురం-525 004

మీర్‌పేట
హైదరాబాద్-500 079

గాయత్రీ నగర్
తిరుపతి-517 502

**JAIHIND,** a drama written by
**Prof. KOLAKALURI ENOCH**

Former Professor, Director, Secretary, Dean & Principal
S.K. University, Anantapur-515 003,

Former Vice-Chancellor & Colonel
S.V. University, Tirupati-517 502 &

U.G.C. Emeritus Fellow
Centre for Preparation of Telugu Encyclopedia
P.S. Telugu University, Hyderabad-500 004.

| | | |
|---|---|---|
| © Author | : | Prof. Kolakaluri Enoch<br>4-282, New Sarvodayanagar, Meerpet<br>Vaisalinagar (P.O), Hyderabad - 500 079<br>040-24093433, 9440243433, 040- 24093403 |
| ప్రతులు | : | 1000 |
| వెల | : | రూ. 36.00 |
| ప్రచురణ | : | 2009 |
| రచనాకాలం | : | 1963 |
| ప్రతులకు | : | విశాలాంధ్ర ప్రచురణాలయం (సోల్ డిస్ట్రిబ్యూటర్)<br>బేంక్‌వీధి, అబిడ్స్, హైదరాబాదు & అన్ని బ్రాంచీలు |
| ప్రకాశకులు | : | జ్యోతి గ్రంథమాల<br>అనంతపురం, హైదరాబాదు, తిరుపతి<br><br>4/282, న్యూ సర్వోదయ నగర్, మీర్‌పేట<br>వైశాలినగర్ పోస్టు, హైదరాబాదు - 500 079<br>ఫోను : 040-24093403<br><br>304, నీహారిక అపార్టుమెంట్సు, గాయత్రినగర్<br>పద్మావతి నగర్, తిరుపతి - 517 502<br>ఫోన్ : 0877-2246020 |
| ముఖ చిత్రం | : | సెకెండ్ లెఫ్టినెంట్ కేడెట్ ఇనాక్ |
| చివరి అట్ట | : | కల్నల్ కొలకలూరి ఇనాక్ |
| డి.టి.పి. | : | మను గ్రాఫిక్స్, చిక్కడపల్లి, హైదరాబాదు-20 |
| ముద్రణ | : | వేణు గ్రాఫిక్స్, నల్లకుంట, హైదరాబాదు-44. |

## కీ.శే. కొలకలూరి భాగీరథి గారికి

(26.2.1936 – 26.2.2007)

**అంకితం**

అమ్మా!

మీ ప్రేమా, నా ధీమాలతో మన చిన్నతండ్రి

విశాల విశ్వాకాశంలో విస్తరిస్తున్నాడు

సౌశీల్య సౌజన్య సౌభ్రాతృ క్షేత్రమై.

ఈడూ జోడూ తోడైన కోడలు

మీ ముద్దుల కొడుకును తల్లిలా పెంచుతూంది

పిల్లలు మల్లెలు సన్నజాజులు

కళా అంటే కిలకిలా పరిమళిస్తుంది మల్లె

మహీ అంటే ఇహీగా ప్రవహిస్తుంది సన్నజాజి

నవ్వుల పూలారం మీ మెళ్ళో వేయాలని ఫోటోకు వేశారు

మీ దయా దృక్ దరహాస జలపాతంలో

వీళ్ళకు స్నానం చేయించండి.

భక్తితో

భర్త

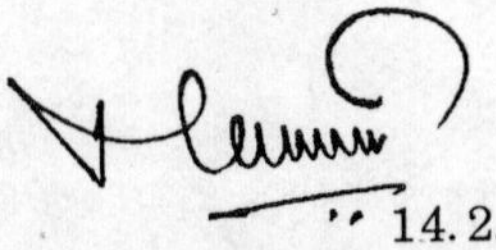

14.2.2009

(కొలకలూరి ఇనాక్)

**ఆచార్య కొలకలూరి ఇనాక్**
ఆంధ్రాచార్యులు, కళాశాల అధ్యక్షులు
శ్రీకృష్ణ దేవరాయ విశ్వవిద్యాలయం
అనంతపురం.
పూర్వ ఉపాధ్యక్షులు
శ్రీ.వేంకటేశ్వర విశ్వవిద్యాలయం
తిరుపతి.
4-282, యన్.యస్.నగర్, మీర్‌పేట
వైశాలినగర్ (పి.ఒ.), హైదరాబాదు-500 079.

ఫోను : 040-24093433
సెల్ : 9440 243433

# పునరాలోకనం

'జైహింద్' నాటకం 1964లో రాశాను. ఈ మధ్య దాన్ని చదివాను. ఆనాటి ఉద్వేగం కలిగింది.

ఆంధ్రప్రదేశ్ ప్రభుత్వ సమాచార పౌర సంబంధశాఖ ప్రకటన దీన్ని రాయటానికి కారణం.

చైనా దురాక్రమణ, జాతీయ రక్షణ, ప్రణాళిక అంశాలుగా నాటక రచన పోటీ నిర్వహించింది ప్రభుత్వం.

చైనా దురాక్రమణ చేయటం, వెనక్కు తగ్గటం, నెహ్రూజీ మరణించటం, అవీ పరిస్థితులు.

ఎన్ని అనైక్యాలున్నా, ఒక్క మాటమీద, బాటమీద, తాటిమీద భారతీయులంతా నిలవటం, అసాధారణంగా త్యాగాలు చేయటం ప్రేరణ.

దేశభక్తితో పొంగే గుండె, వీర సైనికుల్ని ఆరాధించే ఆవేశం. అన్నదాతలైన రైతుల్ని గౌరవించే ఆలోచన, నాటక వస్తువును రూపొందించాయి.

ప్రణాళికలవల్ల ప్రజాజీవితంలో ప్రభవిస్తున్న, ప్రభవిస్తాయన్న పరిణామాలు ఆసక్తి కలిగించాయి.

దేశాభ్యుదయం, గ్రామాభ్యుదయం మీద ఆధారపడి ఉందన్న భావన ప్రోత్సాహకరమైంది.

దేశానికీ, గ్రామానికీ, స్వరాజ్యానికీ, మానవ జీవితానికీ, సంబంధం కల్పించటం నాటక రచనంలో ఉత్సాహోద్వేగాలు రేకెత్తించింది.

నాటకం - జైహింద్ - పోటీకి సిద్ధమయింది.

దీన్నిప్పుడు చదివినందువల్ల ఉత్సాహంతో పాటు, ముద్రించాలన్న అభీష్టమూ కలిగింది.

దీన్ని 'ఆంధ్రప్రదేశ్'లో సీరియల్‌గా, ఆపైన పుస్తకంగా ముద్రిస్తామనీ, ప్రచారం కోసం ఆడిస్తామనీ, మాట ఇచ్చిన శాఖ మరచిపోయింది. కానీ ఆకాశవాణిలో ప్రసారం చేసింది.

నాటక వస్తువు పటిష్ఠంగా ఉంది. అంతర్గతంగా ఉన్న దేశభక్తి గుండెలు పొంగించింది. దేశంలో కలుగుతున్న పరిణామాలపట్ల అచంచల ఆరాధన నన్ను ఊపేసింది. అప్పటికి పాతికేళ్ళ యువకుణ్ణి.

ఆ నాటకాన్ని ప్రచురిస్తున్న ఇప్పుడు రచనా ప్రణాళికలోకానీ, సంభాషణ క్రమంలో కానీ ఏమీ మార్చలేదు, చేర్చలేదు.

అయితే నాటి గ్రాంథికానికి సన్నిహితంగా ఉన్న భాషను వ్యావహారికానికి దగ్గరగా చేయటానికి కొన్ని పదాలు వాక్యాలు మార్చాను, చేర్చాను.

నాటకం రాసిననాటి అవసరం ఇప్పుడంతగా లేదు కానీ నాటకం ఆయువు పట్టులయిన ప్రేమ, అహింస, శాంతం, దేశభక్తి, సమైక్యదృష్టి, దేశరక్షణ ఎప్పటికీ అవసరమే!

ప్రదర్శనార్థం ప్రభవించిన ఈ నాటకాన్ని ప్రచురింపవచ్చు. పఠింపవచ్చు. ప్రదర్శింప వచ్చు.

ఇది మూడు రంగాలనాటకం. అంకాలు అనలేదు. అప్పటికే ప్రాచ్య పాశ్చాత్య నాటక సంప్రదాయాలు తెలుసు. రచయితగానే కాదు, నటుడుగా, దర్శకుడుగా నాటకానుభవం ఉంది. దీని రచనకు ఆ అనుభవం పనికివచ్చింది. ఆ రంగాన్ని కొనసాగించలేకపోయాను. ఇతర సత్కార్యాలు నన్ను చుట్టుముట్టాయి. దీన్ని ప్రయోగనాటకంగా సామాజికులు సందర్శింపగలరు.

ఆ పోటీలో 'జైహింద్' కు ద్వితీయ బహుమతి వచ్చింది.

చాలా ప్రసిద్ధుల నాటకాలు పోటీకి వచ్చాయి.

కీ.శే. కూర్మా వేణుగోపాలస్వామి నాయుడుగారు, ఒక న్యాయ నిర్ణేత, అదృష్టంగా ఆయన ఆత్మీయాభినందన నాకు చిరకాలం గుర్తుంటుంది.

ఇప్పుడీ నాటకం మీ చేతుల్లో ఉంది. ఇక మీ యిష్టం.

శుభాకాంక్షలతో

మీ

(కొలకలూరి ఇనాక్)

18-1-2009

# ఆచార్య కొలకలూరి ఇనాక్ పరిచయం

శ్రీ వేంకటేశ్వర విశ్వవిద్యాలయంలో ఉపాధ్యక్షులుగా 2001లో పదవీ విరమణ చేసిన ఆచార్య కొలకలూరి ఇనాక్ 42 ఏళ్ళ పఠన పాఠన పరిశోధన పరిపాలనానుభవం పొందారు. 1939లో జన్మించిన డా. ఇనాక్ 1959లో లెక్చరరుగా ఉద్యోగ జీవితం ప్రారంభించి 1999 దాకా ప్రాచార్యులుగా ఉన్నారు.

గుంటూరు తాలుకా వేజండ్ల గ్రామంలో శ్రీమతి విశ్రాంతమ్మ, శ్రీ రామయ్య దంపతులకు జన్మించిన డా. ఇనాక్ వేజండ్ల ఏ.బి.యం. స్కూలులో, గుంటూరు యు.యల్.సి.యం. తిరుపతి హైస్కూలులో, ఆంధ్ర క్రైస్తవ కళాశాలలో, వాల్తేరు ఆంధ్ర విశ్వవిద్యాలయంలో బి.ఏ. (ఆనర్స్) శ్రీ వేంకటేశ్వర విశ్వవిద్యాలయంలో పిహెచ్.డి. చేశారు.

135 పరిశోధన పత్రాలు ప్రచురించిన వీరు 175 జాతీయ అంతర్జాతీయ సదస్సుల్లో పాల్గొని పత్ర సమర్పణ చేశారు. ఎకడమిక్ స్టాఫ్ కళాశాలల్లో 108 ఉపన్యాసాలిచ్చారు.వీరి పర్యవేక్షణలో 24 పిహెచ్.డి., 18 యం.ఫిల్. డిగ్రీలు వచ్చాయి.

ఆశాజ్యోతి, షరామామూలే, కులం–ధనం, Voice of Silence కవితా సంపుటాలు; గులాబి నవ్వింది, భవాని, ఇదా జీవితం, ఊరబావి, సూర్యుడు తలెత్తాడు, అస్పృశ్యగంగ కథా సంపుటాలు; సమత, అనాథ, సౌందర్యవతి, సౌభాగ్యవతి, ఇరులలో విరులు, ఎక్కడుంది ప్రశాంతి?, రెండు కళ్ళు-మూడు కాళ్ళు నవలలు; మునివాహనుడు, కీ, జైహింద్, సాక్షి నాటకాలు; దృష్టి, జ్యోతి, అభ్యుదయం, అమ్మ నాటికల సంపుటాలు ప్రచురించారు.

ఊరబావి, మునివాహనుడు ఆధునిక సాహిత్య విమర్శ సూత్రం ఆంధ్రప్రదేశ్ సాహిత్య అకాడమీ-తెలుగు విశ్వవిద్యాలయం బహుమతులు పొందాయి. జైహింద్ (ఆంధ్రప్రదేశ్) దృష్టి (కేంద్ర), అనాథ (ఆంధ్రప్రభ) బహుమతులు పొందాయి. ఉత్తమ అధ్యాపకుడుగా, జాతీయకవిగా రాష్ట్ర కేంద్ర ప్రభుత్వాల గౌరవాలు పొందిన డా. ఇనాక్ అనేక సాహిత్య సంఘాల అవార్డులు అందుకొన్నారు. 5 వి.వి. సిండికేట్‌ల, 11 వి.వి. తెలుగు బోర్డుల, 6 వి.వి. ఎకడమిక్ సెనేటుల సభ్యులుగా పనిచేశారు. అనేక రచనలు పత్రికలలో ప్రచురించారు. కేంద్ర రాష్ట్ర ప్రభుత్వాలకు సలహా సంఘ సభ్యులుగా ఉన్నారు.

వీరు రాష్ట్ర సాహిత్య అకాడమీ సలహా సంఘ సభ్యులుగా, సాధారణ సంఘ సభ్యులుగా, కార్యవర్గ సభ్యులుగా కృషి చేశారు. పదిహేనేళ్ళు కేంద్ర సాహిత్య అకాడమీ సలహాసంఘ సభ్యులుగా సాధారణ సంఘ సభ్యులుగా ఉన్నారు. యన్.బి.టి., యస్.బి.టి., సి.ఐ.ఐ.యల్. సభ్యులుగా సాహిత్య కృషి చేశారు. వీరు అంబేద్కరు విజ్ఞాన పీఠం శాశ్వత అధ్యక్షులు. వీరి కథలు, కవితలు, మునివాహనుడు ఆంగ్ల, కన్నడ, తమిళ, హిందీ భాషలలోనికి అనువాదమయ్యాయి.

ఆచార్య కొలకలూరి ఇనాక్ సాహిత్యం మీద ఎనిమిది యం.ఫిల్., ఐదు పిహెచ్.డి. డిగ్రీల కోసం మానవతా, అభ్యుదయ, విప్లవ, దళిత, స్త్రీవాద సాహిత్య దృష్టితో పరిశోధనలు జరిగాయి.

వీరి శ్రీమతి భాగీరథి. వీరికిద్దరు కుమారులు, కుమార్తెలు. డా. ఆశాజ్యోతి (బెంగుళూరు విశ్వవిద్యాలయం), డా. మధుజ్యోతి (తిరుపతి మహిళా విశ్వవిద్యాలయం), తెలుగులో రీడర్లు. వివాహితులైన నలుగురి భార్యాభర్తలుద్యోగులే! వీరికి నలుగురు మనుమళ్ళు, నలుగురు మనుమరాళ్ళు, ఇప్పటికింత భాగ్యం.

# జైహింద్

## పాత్రలు

1. బ్రహ్మయ్య
2. సదాశివం
3. కృష్ణమూర్తి
4. ఏకోనారాయణ
5. స్వరాజ్యలక్ష్మి
6. చలమయ్య

# జైహింద్

ప్రయోక్త :

(తెరలోంచి)

పవిత్ర హిమాలయ పర్వత పంక్తుల పరిరక్షణలో, పయోనిధులతో పరివేష్ఠితమై, సర్వసౌభాగ్యాలతో అలరారే భారతదేశ మిది, ఇందులో గంగా యమునా బ్రహ్మపుత్రా కృష్ణా గోదావరీ కావేరీ నదీ జలకాలతో తడిసి పునీతమైన దివ్యభూమి. దీని పైన వెలసిన లక్షలాది పల్లెల్లో కోట్లపల్లె సాటిది. చారిత్రకంగా కాని, రాజకీయంగా కాని ఆ పల్లెకు ఏ ప్రసిద్దీ లేకపోయినా, ప్రణాళికా ధ్యేయంతో ప్రగతి పథంలో ప్రవహిస్తున్న భారతదేశ ప్రజావాహిని ఈ పల్లెలోనూ ప్రత్యక్షమవుతుంది.

గతానికీ భవితవ్యానికి వంతెనలాగా, పుష్పానికీ పుష్పానికీ మధ్య దారంలాగా, రెండు నాగరికతలకు, రెండు సంస్కృతులకు నిలయంగా. రెండు తరాల వ్యక్తులకు ప్రతినిధి కోట్లపల్లె. మనిషి హృదయంలోని మంచి చెడ్డలులాగా, పల్లె జీవితంలోని ద్వంద్వాలకు ఆపల్లె అతీతమూ అపవాదమూ కాదు. కాని అనర్గళ వేగంతో సాగివచ్చే ఒకానొక మహా చైతన్య కాంతి ప్రవాహం ఆ పల్లె నెలా వెలుగుపంటల్లో నింపిందో ఆ పరిణామ దశలో ప్రకృతీ, మానవ ప్రకృతి ఎటువంటి ఒరపిడికి లోనయ్యాయో, అప్పుడు ఉద్భవించిన శక్తి ఎలా పరిణమించిందో, ఆ శక్తుల సంఘర్షణలో భవిష్యత్తు బాట ఎలా కనబడిందో, దర్శింపవలసిందే.

ఆ పల్లె జీవన విధానం అన్ని గ్రామాలులాగా వ్యవసాయం మీదనే ఆధారపడి ఉంది. ఆ పల్లెకు ప్రతిబింబం ఆ యిల్లు. అది బ్రహ్మయ్యది. అదే ఆయన ప్రార్థనా గీతం. శుభోదయ ప్రభాతశోభా వేళ పరవశించిపాడే పాట. బ్రతుకుల్లో బంగారం పండించుకొనే సదవకాశం కలిగించిన, పవిత్ర చరిత్ర సృష్టించిన, హిందూదేశ స్థితికి, భవిష్యద్గతికి అది ఆరాధన.

జైహింద్, జైహింద్, జైహింద్
యుగ యుగాల తరతరాల
ప్రగతి మహాపథం చూపు
జైహింద్! జైహింద్! జైహింద్.

ఆంగ్లేయుల పాలనలో
అలమటించే స్వాతంత్ర్యం
అవనీస్థలి బెబ్బులియై
ఆహరించె పారతంత్ర్యం                ॥జైహింద్॥

కులభేదం మత మౌఢ్యం
మంటగలసి మింటికేగయ
నింగితాకు భారతీయ
స్వాతంత్ర్య మహాపతాక                ॥జైహింద్॥

ఈ జెండా నీడలలో
వెలుగొందును సర్వజాతి
నరనారీ శుభచరితం
దరహాసపు వెలుగు జలధి                ॥జైహింద్॥

(ప్రార్థనా గీతం పూర్తి కావటంతో తెరలేస్తుంది. తెరలేచే సరికి రంగస్థలం మీద బ్రహ్మయ్య జాతీయ పతాకం ఎదుట మోకరిల్లి ఉంటాడు. బ్రహ్మయ్య రైతు. సామాన్య రైతు. భూమిని నమ్ముకొని జీవిస్తూ తనను కాపాడే భూమిని తాను కాపాడు కొంటున్నరైతు. నలభై ఏళ్ళ భారత చరిత్ర ఉచ్ఛనీచాలు చూసినవాడు. వయస్సు అరవై ఏళ్ళు కష్టసుఖాలు భరించిన ముఖ వర్చస్సు. స్వాతంత్ర్య సంగ్రామంలో పోరాడిన శాంతి వీరుడి, అహింసా యోధుడి తేజస్సు. నీరు కావి ఖద్దరు పంచె, కురచ చేతుల చొక్కా ధరించి ఉన్నాడు.

రంగస్థలం ఎదుట జాతీయ పతాకం దాని స్థంభం వెనుక పక్కగా ఇంటిలోకి వాకిలి. ఎడం వైపు గొడ్ల సావిడి కుడి వైపు వీధి. రంగస్థలం బ్రహ్మయ్య లోగిలి వసారా మధ్యలో నులకమంచం గోడవారా ఎండుగడ్డి మోపు దానికి ముందు పచ్చుగడ్డి పనలు )

ఏకో నారాయణ : (వీధిలోంచి ప్రవేశించాడు!)

బ్రహ్మయ్యగారూ! బ్రహ్మయ్యగారూ! ఓ బ్రహ్మయ్యగారూ!

(చూసి ఆగిపోతాడు)

(పిలవటం మాని మౌనంగా నిలబడి వుంటాడు. వయస్సు ముప్పై ఏళ్ళు.

భుజానికి ఖాకీ గుడ్డ సంచి వేలాడుతూ వుంటుంది. ఎడం చేతిలో ఉత్తరాల కట్ట. కుడిచేతిలో కవరు.

ముఖంలో అమాయకత్వం, పసితనం, వయస్సున్నా జీవితంలో విచారం లేకుండా, కష్టాన్ని అయినా ఆనందంగా స్వీకరించి హాయిగా నవ్వుతూ ఉండే ముఖం. సద్బుద్ధి సర్వత్రా ప్రయోజనకారి అని నమ్మే స్వభావం. ఒకరికి కష్టం కలిగించక తను కష్టాలు పడక సాఫీగా జీవించే మనిషి. పెద్దల ఎడల భయభక్తులు కలవాడు. సరదా మనిషి, ఆకారం, మాటలతీరు నవ్వు తెప్పించేవిగా ఉంటాయి. తను నవ్వుతూ నలుగుర్ని నవ్వించే ధోరణి)

బ్రహ్మ : (లేచి) ఎవరూ? ఏకో నారాయణ? రారా!

ఏకో : బాగున్నారా? కృష్ణ అన్నయ్య ఉతర్తం వచ్చింది.

బ్రహ్మ : పెద్దవాడు ఉత్తరం వ్రాశాడా? ఏదీ చదువు.

(సదాశివం ప్రవేశం)

సదా : నాన్నా! నాన్నా!

బ్రహ్మ : ఏం నాన్నా! ఉండు! అన్నయ్య రాసిన ఉత్తరం తెచ్చాడు మన ఏకో నారాయణ.

సదా : ఏది? ఎక్కడుంది నాన్నా? ఏం వ్రాశాడు? చూపించూ! ఎప్పుడొస్తున్నా డట? చెప్పు నాన్నా!

ఏకో : అయ్యా! మహానుభావా! అన్నయ్య ఉత్తరం వచ్చినమాట నిజమే కానీ....

సదా : ఏం వ్రాశాడు?

ఏకో : నేనింకా చదవందే!

సదా : ఏది?

ఏకో : నేనింకా ఇవ్వందే!

సదా : ఇవ్వు! చదువూ!

ఏకో : వానాగాలీ లాగా వచ్చావ్. చింపాలా వద్దా? ఏమయ్యా ఆ తొందర?

సదా : సరేమరి ఇయ్!

ఏకో : ఇది మీ నాన్న గారికి వచ్చింది. నీకెందుకిస్తాను ?

బ్రహ్మ : పోనీ నువ్వే చదువు నారాయణా!

సదా : సరే! చదువు.(వయస్సు ఇరవై ఏళ్ళు సన్నగా ఏపుగా పెరిగాడు. హుషారుగా ఉన్నాడు. ముఖంలో వయస్సుకు మామూలయిన తొందర ఉంది. అంతకంటే ఆవేశ పరుడుగా కనబడతాడు. రైతుబిడ్డ

ఆకారం భుజం మీద ఒకటి, చేతిలో ఒకటి, తాటి గెలలతో ప్రవేశించాడు. వాటిని పచ్చిగడ్డి పక్కన పెట్టాడు)

ఏకో : (ఉత్తరం చింపాడు) పెద్ద ఉత్తరమేనండోయ్ శానా రాసేడు.

(బైటనుంచి స్వరాజ్యలక్ష్మి ప్రవేశం)

స్వరాజ్యలక్ష్మి: మామయ్యా! మామయ్యా!

బ్రహ్మ : ఏమ్మా! రామ్మా!

లక్ష్మి : మరే! (వాళ్ళను చూసి ఆగుతుంది. మాట్లాడదు)

సదా : వదినా! తాటి ముంజలు కావాలా? నేనివ్వను.

బ్రహ్మ : ఏమిరా! ఎందుకివ్వవు?

సదా : వదినగారికి తాటి ముంజలంటే ఎంత తాపత్రాయమనుకొన్నారూ! - పాపం - గెలలు తేవటం చూసిందో లేదో, రెక్కలు కట్టుకొని, గాలిలో లేచి ఇక్కడికొచ్చి వాలింది. నువు చెప్పాలని, నేను కోసి ముంజలు తీసి ఇవ్వాలని, తాను తినాలని, - అదేం కుదరమ్మా తల్లి!

లక్ష్మి : నేను ముంజల కోసమేమీ రాలేదు. (అలిగినట్లు నటించడం)

ఏకో : మరి ఉత్తరం కోసం వచ్చావా భాగ్యశాలీ!

లక్ష్మి : పో! నేనా ఉత్తరం కోసమేమీ రాలేదు. (మళ్ళీ అలక)

బ్రహ్మ : నా కోసం వచ్చింది కానీ - ఉత్తరం చదువు! పోనీ లేమ్మా! ఎటూ వచ్చావుగా! విను! చదువు నారాయణా (లక్ష్మివయస్సు 18 ఏళ్ళు బావరావాలి. పెళ్ళి జరగాలి. అదీ నిరీక్షణ అందగత్తె చలాకీ మనిషి నెమ్మది పరురాలైనా, ఎంత ఆవేశపరురాలో, అంత ఆలోచన పరురాలు. ముఖంలో కళా, కళ్ళలో కాంతి స్పష్టంగా కనిపిస్తాయి. దేన్నయినా తేలికగా మాట్లాడినా, నిశితంగా ఆలోచించగలదు. లంగా వోణీ జాకెట్టు రూపం. పల్లెటూరి అమ్మాయి ఆకారం)

ఏకో : (ఉత్తరం చదవసాగాడు)

పితృదేవులకు నమస్కారం

నేను క్షేమంగా ఉన్నాను.

నన్ను మిలటరీ నుంచి డిస్‌చార్జి చేశారు.

ఈ ఉత్తరం మీకు అందేవేళకు నేను ప్రయాణంలో ఉంటాను.

ఇరవై ఏళ్ళనాడు, పదేళ్ళ వయస్సులో మిమ్మల్ని విడిచిపెట్టి మిలటరీలో చేరాను. మళ్ళీ ఈనాటికి మీతో కలిసి జీవించటానికి వస్తున్నాను.

బ్రహ్మ : పెద్దబాబు వస్తున్నాడు. అదే పదివేలు. అంతేచాలు

ఏకో : (చదవటం కొనసాగిస్తూ) మాతృమూర్తి మరణ కాలంలో కొడుకుగా నేను బాధ్యత నెరవేర్చలేకపోయాను. కానీ, మాతృభూమి సంరక్షణలో భారత సైనికుడిగా నా కర్తవ్యాన్ని సంపూర్ణంగా నెరవేర్చాను. కన్నతల్లికి కారణాంతరాలవల్ల కూర్మి కుమారుణ్ణి కాలేకపోయాను. కానీ, మనల్ని అందరినీ కన్న మన దేశమాతకు గర్వకారణమయిన కొడుకునై శక్తివంచన లేకుండా సరిహద్దుల్లో రక్షణ సేవ చేశాను.

బ్రహ్మ : వాడు - వాడు నా కొడుకు!

ఏకో : (చదువుతూ)

ఇన్నేళ్ళకు ఇంటికి వస్తున్నాననుకొంటే ఎంతో ఆనందంగా ఉంది. ఉత్తరాలలో మీ హృదయాలను, ఫోటోల్లో మీ తేజస్సును, చూస్తూ బ్రతికిన నేను ప్రత్యక్షంగా మిమ్మల్ని చూడగలనను కొంటుంటే పరవశత్వం కలుగుతూ ఉంది. తమ్ముడు సదాశివంకి నా ఆశీస్సులు.

సదా : మా అన్న-

ఏకో : (మళ్ళీ చదువుతూ)

సౌభాగ్యవతి స్వరాజ్యలక్ష్మికి నా ఆశీస్సులు- (చదవటం ఆపి) శివం - మీ వదినెను చూడరా - ఆ సిగ్గులు చూడు.

లక్ష్మి : పోండి! నాకేమీ సిగ్గులేదు.

ఏకో : ఏ మమ్మా మరదలుగారూ! తమకు సిగ్గులేదా! విన్నారా బ్రహ్మయ్యగారూ! మీ మేనగోడలెంత సిగ్గులేనిదో!

లక్ష్మి : నేనేం సిగ్గులేనిదాన్ని కాదు!

ఏకో : సిగ్గేనటండి! సిగ్గుందట!

బ్రహ్మ : (పెద్దగా నవ్వుతాడు)

నువ్వు చదువు నారాయణా!

ఏకో : (చదువుతూ)

నా చిన్ననాటి సావాసగాళ్లు, తమ్ముళ్ళు, మిత్రులు ఏకో నారాయణకు, చలమయ్యకు నా రాక తెలియచేయండి.

సదా : వాడికా? వాడికేం చెప్పనక్కరలేదు. వాడేం మిత్రుడు కాదు అన్నయ్యకు

ఏకో : అయ్యా! సదాశివంగారూ! నేను కృష్ణకు మిత్రుడినేనయ్యా!

సదా : నువ్వు సరేలే అన్నయ్యా. వాడు, ఆ చలమయ్యగాడు, వాడు చేస్తున్న దుండగాలు – అన్నయ్యకు తెలిసినట్లు లేదు. లేకపోతే.....

బ్రహ్మ : శివం! ఏమిటా మాటలు?

సదా : ఏమీ లేదులే నాన్నా!

బ్రహ్మ : అమ్మా లక్ష్మీ! నారాయణ బావయ్యకు కొంచెం మజ్జిగ తెచ్చి ఇవ్వమ్మా!

సదా : వదినా! నిమ్మకాయలు ఉగ్గంలో ఉన్నాయి. నాకూ ఒక గ్లాసు.

లక్ష్మి : అలాగ్గే!

ఏకో : అమ్మా మరదలు గారూ! కొంచెం ఉప్పు మరచిపోకు తల్లి

లక్ష్మి : సరే!

ఏకో : సరే నంటే, మర్చిపోతాననా? ఉప్పువేయవా?

లక్ష్మి : వేస్తాను.

ఏకో : ఏం వేస్తావో ఏమో!

లక్ష్మి : 'లోపలికి పోయింది'

బ్రహ్మ : అప్పుడు రెండో ప్రపంచ యుద్ధం జరుగుతూ ఉంది. పెద్దబాబుకు పదేళ్ళు. రైల్లో ఖాకీ బట్టల మిలటరీ వాళ్ళను చూసి, వాటి మీద ఇష్టంతో, మేపుతున్న పశువుల్ని గరువునే వదిలేసి, మిలటరీలో చేరిపోయాడు. గాంధీ క్విట్టిండియా సత్యాగ్రహంలో అరెస్టయి నేను జయిల్‌లో ఉన్నాను. కనీ పెంచుకున్న పెద్ద కొడుకు లేక, పసిపిల్లవాణ్ణి వీపుకు కట్టుకొని సంసారాన్ని ఈదిన పుణ్యాత్మురాలు - (భార్య ఫోటో చూస్తూ - కళ్ళు తుడుచుకొన్నాడు)

సదా : పోనీలే నాన్నా! అయిందేదో అయిపోయింది. ఆ వడి పిల్లవాణ్ణి, నీ కుడి భుజమయ్యాను కదా!

బ్రహ్మ : అవునురా చినబాబు! కృష్ణుడి చిన్ననాటి రూపమే నా కళ్ళలో మెదులుతూ ఉంది. ఇప్పుడు ఎట్లా ఉన్నాడో! ఫోటోల్లో ఏం తెలుస్తుంది?

సదా: : వీరుడిలా, సైనికుడిలా -

బ్రహ్మ : తప్పటడుగుల కృష్ణుడు, అమ్మా నాన్నా అంటూ అల్లరి చేసే కృష్ణుడు, ముట్టె పట్టుకొని లేగకు పచ్చగడ్డి తినిపించే కృష్ణుడు, దున్నపోతు మీద స్వారీ చేస్తూ గరవుకు తోలుకు పోయే కృష్ణుడు, ఆ పసిరూపమే నా కళ్ళల్లో మెదులుతూ ఉంది.

సదా : ఎత్తూ, ఎత్తుకు తగ్గలావు, ఖాకీ బట్టలు కాలికి బూటు, నెత్తిన టోపీ,నడుంకి బెల్టు, గుండెల మీద మెడల్సు, మూడు సింహాలముద్ర - లెఫ్టెనెంటు కృష్ణమూర్తి రూపం కనబడటం లేదా నాన్నా!

బ్రహ్మ : అక్కడే! అక్కడే! నువ్వు కూర్చున్న చోటే నారాయణా!

ఏకో : ఇక్కడా? ఏమయింది?

బ్రహ్మ : అక్కడే నాలుగేళ్ళప్పుడు కాలుజారి, బోర్లాపడి పెదవి చిట్లి నెత్తురొస్తే - పిచ్చితండ్రి, ఆవురావురు మంటూ, ఇల్లు ఎగిరిపోయేటట్లు ఎంత చక్కగా ఏడ్చాడని-

ఏకో : మీకొడుకు ఏడ్చినా, చక్కగానే ఉంటుంది మరి!

బ్రహ్మ : మీ ఈడేగా! ఇప్పుడు నీలాగే ఉండి ఉంటాడు.

ఏకో : నాలాగా? నాలాగా మాత్రం వీల్లేదండి!

బ్రహ్మ : ఏం? ఎందుకని?

ఏకో : నేనా? అరుగురు పిల్లలు అన్నమో రామచంద్ర! చెప్పారూ నా యాతన– పిల్లలు పిడుగులు. పిడుగులు పడ్డ పుడమి – మీ కోడలు! చూశారు మా వాలకం – ముప్ఫై ఏళ్ళకే ముసలి వాళ్ళం. కృష్ణమూర్తి – దొరబాబులా, హాయిగా, రాజసంగా రాజులాగా ఠీవిగా ఉంటాడండి.

బ్రహ్మ : మీరంతా ఆడిపాడిన వాళ్ళుకదా, అందుకే నీలాగో చలమయ్యలాగో పెద్దబాబు ఉంటాడని–

సదా : నాన్నా! వాడి పేరెత్తకునాన్నా! వాడు దొంగ. పుండాకోరు.

బ్రహ్మ : శివం! చలమయ్య నీకు అన్న – పెద్దవాణ్ణి నువ్వు.....

సదా : వాడు దొంగ –

బ్రహ్మ : దొంగకానీ, దొరకానీ, నీకంటే పెద్దవాడు. పెద్దవాణ్ణి చిన్నవాడు తూలనాడ కూడదు. మర్యాద. మర్యాద ఉండాలి. ఆ హద్దు దాటరాదు.

సదా : దుర్మార్గంగా – చేయరాని పనులు –

బ్రహ్మ : చలమయ్య అక్రమంగా ప్రవర్తిస్తున్నాడని నాకూ తెలుసు, కానీ నీ హద్దులు నీకున్నాయి. పైన భగవంతుడున్నాడు. తానన్నీ చూస్తుంటాడు. న్యాయం చేసేవాడు భగవంతుడు.

సదా : ఇవాళ ఏం చేశాడో చూశావా నాన్నా! తగినశాస్తి జరిగిందిలే! అందరి మీద దౌర్జన్యం చూపించినట్లు నామీద కూడా చెలాయిద్దిమనుకొన్నాడు పాపం.

ఏకో : ఇంతకీ ఏదో భాగోతం – కురుక్షేత్రం లాంటిదే జరిగినట్లుంది. ఈ మాట, ఈ వాటం చూస్తుంటే ఏదో జరిగింది. అవునా శివం?

సదా : జరగదా మరి? నేనేం గాజులు తొడుక్కోలేదు.

ఏకో : మీ వదినె తొడుక్కొందిలే!

సదా : నా జోలికి వస్తే – నేనేం ప్రాయశ్చిత్తం చేయకుండా ఉంటానా?

బ్రహ్మ : శివం! ఏంజరిగింది?

సదా : నన్నాటి తోపులో నేను తాటికాయలు కొట్టుకుంటుంటే వాడికెందుకు నాన్నా?

బ్రహ్మ : వాడు అనొద్దు!

సదా : అనన్లే! చలమయ్య కేం పని? ఎవుడ్రా గెలలు కొట్టేది అంటాడా? నేనే అంటే– నువ్వెవడివిరా అంటాడా? తెలియటం లేదా అంటే – తోపుమీ అయ్య సొమ్మా అన్నాడు నాన్నా!

బ్రహ్మ : అంటే అన్నాళ్ళే!

సదా : నాకోపం వచ్చింది. మరి మీ అయ్యదా అన్నాను. నన్నాటి తోపు పోరంబోకు కదా నాన్నా!

బ్రహ్మ : అవును పోరంబోకే!

సదా : ఎవరయినా గెలలు దింపు కోవచ్చుగదా! ఆయన పెత్తనమేమిటి? – నాకు వళ్ళు మండింది. అక్కడే ఉండు అన్నానా? దిగిరా నీ పని బడతానంటాడా? ఉండు దిగుతున్నా నన్నాను కదా! దిగనియ్యాలా? చెట్టు మొదట్లో ముళ్ళ కంపేశాడు. పోనీ అంతటితో ఊరుకోవచ్చునా? తాటి గెలలు భుజానేసుకు పోతున్నాడు. నాకు చిర్రెత్తుకొచ్చింది. చెప్పు నాన్నా! మండమంటే మండదూ!

ఏకో : ఏదో చేసేడండి!

బ్రహ్మ : ఇంతకీ ఏం చేశావు?

సదా : తాటిమట్ట కొట్టుకొని...

బ్రహ్మ : కొట్టుకొని?

ఏకో : ఇంకేముందండి. నాలుగు పీకి ఉంటాడు.

సదా : నా గెలలు నాకిమ్మంటే కొట్టబోతాడా? నేనేం చచ్చు సన్నాసినా? రెండేస్తే గెలలు ఆడపారేసి పరుగెత్తాడు. నా గెలలు నేను తెచ్చా -

బ్రహ్మ : ఇవేనా అవి?

సదా : ఆఁ!

ఏకో : అట్టా జెప్పుమరి. కథ చాలా దూరం పోయిందిగా ఇంకేం? యవ్వారం రసపట్టులో పడింది. ఆగుతుందా? రెసపిచ్చి రేగుతుంది కానీ, చలమయ్య ఆగడాలూ -

బ్రహ్మ : శివం! నన్నాటి తోపునీది కాదు!

సదా : నిజమే కానీ చలమయ్యదీ కాదు కదా!

బ్రహ్మ : తాటి గెలలు కొట్టే అధికారం నీకులేదు.

సదా : అందరూ కొట్టుకొంటున్నారని-

బ్రహ్మ : నువ్వు గెలలు దింపావు. చలమయ్య తీసుకుపోయాడు - అయితే ఏం?

సదా : నేను కొట్టాను వాటిని.

బ్రహ్మ : అదలా ఉంచు. నీ సొమ్ము కానిది నువ్వు కావాలనుకోవటం తప్పుకదా?

సదా : మరి -

బ్రహ్మ : మరి లేదు, ఏమి లేదు. తప్పు అవునాకాదా?

సదా : (నెమ్మదిగా, అనిష్టంగా) తప్పే!

బ్రహ్మ : నువ్వు తప్పుచేసి, మరొకరిని దండిస్తావా? నీకేం అర్హత ఉంది. చలమయ్య మంచివాడు కాకపోవచ్చు. చెడ్డవాడే కావచ్చు. నీది దొంగసొమ్ము. చలమయ్య దాన్ని దొంగిలించబోయాడు. అంతమాత్రాన అతన్ని కొడతావా? తప్పుకదా!

సదా : నన్ను కొట్టబోతే -

బ్రహ్మ : నువ్వు కొట్టావు. నేను నిన్ను కొట్టబోతే నన్నూ -

సదా : నాన్నా!

ఏకో : బ్రహ్మయ్యగారూ! అవేం మాటలండి?

బ్రహ్మ : చెప్పు! నన్ను కొట్టవు గద! కారణం తండ్రినని. చలమయ్య నీకు సొంత అన్నకాడు. కాని అన్నవంటివాడు. పెద్దవాడు. కొట్టకూడదు కదా! అసలు ఎవరూ ఎవర్నీ కొట్టే అవసరం లేదు.

సదా : కొట్టనులే!

బ్రహ్మ : నువ్వు నేరం చేశావు. తీర్పూ చెప్పావు. తీర్పూ అమలు చేశావు. ఇది సబబా?

సదా : నాకిదంతా తెలియదు.

బ్రహ్మ : అన్నీ నువ్వే అమలు చేస్తే - పెద్దలెందుకు? నా కొడుకు అవివేకి అనే అపప్రధ నాకెందుకు?

సదా : పొరపాటయింది నాన్నా! మన్నించండి. కోపపడవద్దు.

బ్రహ్మ : నేను కాదు చలమయ్య మన్నించాలి.

సదా : (అసహనంగా) నాన్నా!

ఏకో : చలమయ్య లేడూ! మరండీ నేను మాట్లాడకూడదు గానీ - మన చలమయ్య ఉన్నాడు చూశారు- ఊరంతా గగ్గోలెత్తిస్తున్నాడు - మరిగలిత్తే - మనవాడు శివం కొట్టటం ఉంది చూశారూ! అది - అదేమంత తప్పు కాదండి.

బ్రహ్మ : నారాయణా! ఏమిటి నువ్వనేది? పశువునూ పక్షిని రక్షించే దేశం మనది. మనిషిని మనిషి కొట్టటమా? మారణహోమం సృష్టించటమా? అహింసా దేశంలో ఎవడు నేర్పాడు మీకీ హింస? మీ యిద్దరికీ నామీద గౌరవం ఉంటే -

ఏకో : లేకేం - చాలా గౌరవం -

సదా : మీరు మాకు దేవుడు నాన్నా!

బ్రహ్మ : మరి మాట ఇవ్వాలి. చెప్పండి.

ఏకో : అలాగ్గే

సదా : ఒట్టు!

బ్రహ్మ : నేను చెప్పినట్లు చెప్పండి. పవిత్ర భారత త్రివర్ణ పతాకం సాక్షిగా.

ఏకో,సదా : పవిత్ర భారత త్రివర్ణ పతాకం సాక్షిగా -

బ్రహ్మ : ప్రాణాపాయ స్థితిలో నయినా -

ఏకో,సదా : ప్రాణాపాయ స్థితిలో నయినా -

బ్రహ్మ : నేను ఎవర్నీ కొట్టను.

(స్వరాజ్యలక్ష్మి ప్రవేశం రెండు చేతుల్లో రెండు గ్లాసులు ముగ్గుర్నీ చూస్తూ నిలబడిపోయింది.)

సదా,ఏకో : (గ్లాసులు తీసుకోబోయారు)

బ్రహ్మ : ఆగండి. చెప్పండి.

లక్ష్మి : (బ్రతిమాలుతూ) చెప్పండి.

సదా,ఏకో : నేను ఎవరినీ కొట్టను.

బ్రహ్మ : ఇది జాతీయ పతాకానికి వాగ్దానం - నమస్కరించండి.

సదా,ఏకో : (నమస్కరించారు)

లక్ష్మి : మజ్జిగ!

బ్రహ్మ : తీసుకోండి

సదా,ఏకో : (తీసుకొన్నారు)

బ్రహ్మ : మజ్జిగ తీర్థమే, కాదు ప్రసాదం, స్వరాజ్యలక్ష్మి ప్రసాదం

సదా,ఏకో : (మజ్జిగ త్రాగారు)

బ్రహ్మ : దేశం సమైక్యంగా ఉందంటే దాన్ని సాధించి కాపాడే అంతస్సూత్రం అహింస. అది తృణీకరింపబడితే సర్వనాశనమే! మన జాతి వెలుగొందాలంటే, వెలగవలసింది నిష్కామకర్మ. అనుష్ఠాన వేదాంతానికి పరాభవం జరిగితే, సర్వ మానవజాతి పరాభవం పాలవుతుంది. మీ వాగ్దానం మీరు సర్వకాల సర్వావస్థల్లో నిలబెట్టుకోవాలి.

సదా,ఏకో : వాగ్దానం నిలబెట్టు కొంటాను.

లక్ష్మి : మామయ్యా!

బ్రహ్మ : ఏమమ్మా!

లక్ష్మి : ఎట్టా జెప్పాలి!

బ్రహ్మ : ఏమయిందో చెప్పు!

లక్ష్మి : వచ్చిన కాణ్ణుంచి చూస్తున్నా – ఎట్లా చెప్పనా అని.

బ్రహ్మ : ఫరవాలేదు, చెప్పు!

లక్ష్మి : రాత్రి మా ఇంట్లో దొంగలు పడ్డారు.

బ్రహ్మ : అయ్యో! ఏ అన్నార్తుడో!

లక్ష్మి : ఉక్క చెమట. ఇంటిముందు పడుకొన్నాను. బయటే అల్లంత దూరంలో

బ్రహ్మ : జీతగాడు – అవ్వ ఏమయ్యారు?

లక్ష్మి : నాకు కాపలాగా బయటే పడుకొన్నారు.

బ్రహ్మ : మరి?

లక్ష్మి : నా చంద్రహారం పోలేదు.

బ్రహ్మ : మరేం పోయాయి?

లక్ష్మి : పెట్టెలోవి – పాతిక రూపాయలు పోయాయి.

బ్రహ్మ : మా అమ్మ ఆభరణాలు, శివం వాళ్ళ తల్లి నగలు, మా చెల్లెలి సొమ్ములు, మీనాన్న కాలం చేసేముందు, నీ పెళ్ళి కని కూడబెట్టిన రెండు వేలు?

లక్ష్మి : పోలేదు.

బ్రహ్మ : బీరువాలో ఉన్నాయా?

లక్ష్మి : లేవు!

బ్రహ్మ : మరి? ఏమయ్యాయి?

లక్ష్మి : (సంశయిస్తుంది)

బ్రహ్మ : చెప్పమ్మా! సంశయం దేనికి?

లక్ష్మి : (మాట్లాడదు. సదాశివం వైపు చూస్తుంది. అతను ఏకో నారాయణను చూస్తుంటాడు)

ఏకో : మీరు ఆ రోజు గుంటూరు పోయారు.

బ్రహ్మ : మొన్న?

ఏకో : అవును మొన్నే! లక్ష్మి మీకు చెబుతానంది. నేను నిన్నే మీకు చెబుదామనుకొన్నాను.

బ్రహ్మ : ఏం జరిగింది?

ఏకో : మన దేశాన్ని ఆక్రమించుకోవటానికి చైనా వాళ్ళు దాడి చేశారని

బ్రహ్మ : మన వీర జవానులు వాళ్ళని తరిమి కొట్టటానికి సర్వసన్నద్ధంగా ఉన్నారు కదా!

ఏకో : కుక్కల్ని తరమటానికి కర్రలు కావాలికదా!

బ్రహ్మ : కావాలి, అవసరమే!

ఏకో : అందుకు పౌరులు విరాళాలు ఇవ్వాలి కదా!

బ్రహ్మ : ఇవ్వాల్సిందే!

ఏకో : డబ్బు లేకపోయినా, వెండో, బంగారమో, నగలో ఏదైనా ఇమ్మని కలెక్టరు దేహీయని చేయిచాచి దేబిరిస్తుంటే -

బ్రహ్మ : నగలమూట ఇచ్చేశారా!

లక్ష్మి : డబ్బు కూడా!

బ్రహ్మ : ముల్లెమూట కూడా ఇచ్చేశావా?

లక్ష్మి : ఊఁ!

బ్రహ్మ : డబ్బు ఇచ్చావు. సంపాదించుకోవచ్చు. నగలిచ్చావు. మళ్ళీ చేయించుకోవచ్చు. మీ అమ్మ నగలు - మా అమ్మనగలు - శివం వాళ్ళ అమ్మ నగలు - తరతరాలవి - వాటి మీద నీకు మమకారం లేదా?

లక్ష్మి : ఉంది.

బ్రహ్మ : విరాళంగా ఇచ్చినందుకు దిగులుగా వుందా?

లక్ష్మి : లేదు.

బ్రహ్మ : భయంగా ఉందా?

లక్ష్మి : కాదు.

బ్రహ్మ : మరి?

లక్ష్మి : మా అమ్మ నగలు, మీ అమ్మ నగలు, అత్తమ్మ నగలు - మనందరి తల్లి, భారతీయుల తల్లి, భారతమాత, రక్షణ కోసం ఇవ్వటం ఆనందంగా ఉంది.

బ్రహ్మ : నీకు నగలక్కరలేదా?

లక్ష్మి : మీ అనురాగమే నాకు అందమైన నగలపెట్టె.

బ్రహ్మ : (ప్రేమగా స్వరాజ్యలక్ష్మి తల నిమిరాడు.) మంచిపని చేశారు. నిన్నే చెప్పవలసింది. ఈ ఆనందం లేకుండా నిన్నంతా గడిచిపోయింది. లక్ష్మీ! నీది మంచి నిర్ణయమమ్మా!

లక్ష్మి : (మరింత దగ్గరకు వచ్చి గుండెల్లో దూరిపోబోతుంది)

బ్రహ్మ : (లక్ష్మి మెళ్ళో చంద్రహారం తాకి) మరి దీన్ని దేశ రక్షణ నిధికి ఇవ్వలేదేం?

లక్ష్మి : బావ ప్రేమతో పంపిన తొలికానుక!

బ్రహ్మ : ఇవ్వలేకపోయావు. అవునా?

లక్ష్మి : తప్పయిపోయింది.

బ్రహ్మ : తప్పుకాదు. మంచిపనే! నీకిప్పటికి అదొక్కటే నగ!

లక్ష్మి : నిజమే – కానీ – ఇచ్చుంటే

బ్రహ్మ : ఇవ్వకపోయినా ఫరవాలేదు. ఈ నగ బావ ప్రేమబంధం. నీతోనే ఉండాలి. మా అమ్మా, వీళ్ళ అమ్మా, మీ అమ్మా వేసుకొన్న నగలు, నువ్వు అలంకరించుకొంటే ఆనందంగా చూసే అదృష్టం చేయి జారిపోయిందని ఒక్కక్షణం నేనూ దిగులు పడ్డాను. మామూలు మనిషిని. నాకు ఆ నిరాశ కలిగి ఉండకూడదు. కలిగింది. ఏం చేయగలను. కానీ నువ్వు బావమీద ప్రేమతో చంద్రహారం దాచుకొంటే కలిగిన ఆనందం ఆ దిగుల్ని జయించింది. నాకు చాలా సంతోషంగా ఉంది లక్ష్మీ.

లక్ష్మి : అమ్మ, అత్తమ్మ, అవ్వ వేసుకొని దిగిన ఫోటోలున్నాయి మామయ్యా

బ్రహ్మ : వాటిని చూస్తూ ఆనందింపవచ్చు!

లక్ష్మి : అవన్నీ నేను అలంకరించుకొని దిగిన ఫోటోలున్నాయి.

బ్రహ్మ : మరి నీకూ సంతోషమే!

లక్ష్మి : సంతోషమే! ఈ విరాళం ఇచ్చేటప్పుడు బావ బాగా యుద్ధం చేయటానికి కావలసిన తుపాకు లిస్తున్నంత సంతోషం కలిగింది మామయ్యా!

బ్రహ్మ : (కళ్ళు తుడుచుకొన్నాడు)

సదా : (తండ్రి దగ్గరకు చేరాడు)

బ్రహ్మ : పరార్జితం దానం చేయటంలో ఉన్న ఆనందం కంటే స్వార్జితం ఇవ్వటంలో ఎక్కువ ఆనందం ఉంటుంది. నీ సంతోషం కంటే నా సంతోషం దొడ్డది.

లక్ష్మి : అవును మామయ్యా!

ఏకో : దొంగలు పడ్డ ఇల్లు చూసిరావద్దూ!

సదా : ఇంకా దొంగలు దోచుకోవటానికి అక్కడ ఏముంది?

ఏకో : (నవ్వాడు)

బ్రహ్మ : వస్తాను. మీరు పోయి ఆ యింటిపరిస్థితి చూడండి.

(స్వరాజ్యలక్ష్మి, సదాశివం, ఏకోనారాయణ వీధిలోకి వెళ్ళారు)

బ్రహ్మ : 'జననీ జన్మభూమిశ్చ, స్వర్గాదపి గరీయసీ'
(మననం చేసుకొంటూ మంచం మీద పడుకొంటాడు)

చలమయ్య: బ్రహ్మయ్యగారూ! బ్రహ్మయ్యగారూ! (వీధిలోంచి వస్తున్నాడు)

బ్రహ్మ : (మంచం మీంచి లేచి కూర్చుని) నువ్వా చలమయ్యా! రా! లోపలికి రా!

చలమయ్య: (ప్రవేశించాడు. వయసు ముప్పైఏళ్ళు. ముఖం క్రూరంగా ఉంటుంది. విలన్ రూపం. మాటకీ చేతకీ పొంతన ఉండదు. పవిత్రుడుగా, మంచివాడుగా కనిపించే ప్రయత్నం నెరవేరదు. ఫోజులెక్కువ. పట్నవాసం రుచి మరిగిన పల్లెవాడి వాలకం)

నమస్కారం బ్రహ్మయ్యగారూ!

బ్రహ్మ : ఆఁ! ఆఁ! ఏం పని చలమయ్య!

చల : అబ్బే! ఏం పనిలేదు. చూసి పోదామని. బాగున్నారు కదా, ఆరోగ్యం ఫరవాలేదు కదా! స్వాతంత్ర్య సమర యోధులు. పెద్ద వారయ్యారుగా, పలకరిద్దామని, మిమ్మల్ని కలసి వారం పదిరోజులయింది. మిమ్మల్ని చూడకుండా ఉండలేను. కృష్ణమూర్తి ఉత్తరం రాశాడా?

బ్రహ్మ : రాశాడు. ఇప్పుడే చదివించా, రెండురోజుల్లో వస్తాడు. నీకు చెప్పమని రాశాడు.

చల : వస్తున్నాడా? వచ్చేస్తున్నాడా? వస్తే.....

బ్రహ్మ : వస్తే? ఏం వస్తే?

చల : (సర్దుకొని) ఏంలేదూ! చైనావాళ్ళు నీఫా లఢఖ్ ప్రాంతాల్లో దురాక్రమణ చేశారాయో. మళ్ళీ భారీఎత్తున దాడి చేయటానికి పూనుకొంటున్నట్లు వార్తలొస్తున్నాయాయె, ఈ పరిస్థితుల్లో లెఫ్టినెంట్ ఇంటిముఖం పడితే.... ఇక దేశరక్షణ?

బ్రహ్మ : నువ్వు లేవా? మీరంతా లేరా, ఆలోపం తీర్చటానికి! ఏమంటావు చలమయ్యా?

చల : ఏమంటాను కాదంటానా? అవునంటాను గానీ. బ్రహ్మ సృష్టి కయినా తిరుగుంటుంది కానీ బ్రహ్మయ్యగారి మాటలకు తిరుగుంటుందా? వేదవాక్కు గదూ!

నేనెంత అల్పుణ్ణి! నాకు అటువంటి అవకాశం వస్తుందా?

వచ్చినా వినియోగించుకోగలనా?

వస్తే సమర్ధతతో నిర్వహించగలనా?

నాకా ట్రయినింగా చట్టుబండలా?

తుపాకిని చూస్తే కాళ్ళు వణకవూ?

చైనా వాళ్ళను చూస్తే వెన్నెముక జలదరించదూ!

తమరేమో పెద్దలు, మంచి చెడ్డలు తెలిసినవాళ్ళు!

దేశం మీది ప్రేమతో అలా అంటారు కానీ,

తీరా మిలటరీకి మేమెళతామంటే మీరూ పోనీయరు కదా.

ఈ సైన్యం యుద్ధం నీకెందుకు గాని మీ బ్రతుకు యుద్ధమేదో బాగా చేసుకొని తిప్పలు పడమని చెబుతారు కదా!

బ్రహ్మ : చలమయ్యా, ఈ డొంకతిరుగుడు అంతా ఎందుకు? దేశం కోసం కూడా సైన్యంలో చేరటం ఇష్టం లేదని చెప్పరాదూ!

చల : అమ్మమ్మ ఎంతమాట? తమరే అలా సెలవిస్తే ఎలాగండి? దేశం కోసం ధనమానప్రాణాలు గడ్డిపోచల్లా అర్పించాల్సిందే. వ్యక్తి ఎంత, దేశం ముందు?

అన్నట్లు అడగటం మరిచాను, కృష్ణమూర్తి రాగానే స్వరాజ్యలక్ష్మితో పెళ్ళి ఏర్పాట్లు చేయాలి కదా!

బ్రహ్మ : కదా మరి! మీరంతా లేరా? వాళ్ళ పెళ్ళి చేస్తే నాకు విశ్రాంతి. నెత్తిమీది బరువు దించుకొన్నట్లు! అన్నీ ఇక వాళ్ళే చూసుకొంటారు!

చల : మీ కృష్ణమూర్తి రాగానే మన స్వరాజ్యలక్ష్మి పెళ్ళయిపోతుందన్నమాట.

బ్రహ్మ : మరే! ఏమట్లా అడిగావ్?

చల : ఆఁ! ఏమీ లేదు. పెళ్ళి ఏర్పాట్లు మిత్రుడికోసం నేను చేసుకోవాలి కదా! బాల్యమిత్రుడాయె. నేనూ నా ఏర్పాట్లు తప్పదు కదా! చూశారా, మన శివం ఏం చేశాడో....

బ్రహ్మ : నన్నాటి తోపులో నిన్ను కొట్టటం వాడి తప్పే!

చల : నన్నా?

బ్రహ్మ : క్షమాపణ కోరతాడులే!

చల : ఏం క్షమాపణ? ఏం కొట్టటం? ఎవరు చెప్పారు మీకీ కట్టుకథలు.

బ్రహ్మ : గొడవలేం జరగలేదా?

చల : గొడవలా? పాడా?

బ్రహ్మ : పోన్లే చలమయ్యా, అంతవరకు మేలేను.

చల : బీడుపాడు అలగాజనంతో తగాదా పడుతుంటే నేనే సర్ది చెప్పి మనవాణ్ణి తీసుకొచ్చాను. ఇంతకీ మీకేం చెప్పాడేంటి?

బ్రహ్మ : ఏం చెప్పినా ఒక్కటే చలమయ్య. తనది కాని విషయంలో ఎవడు తల దూర్చినా తప్పే! తప్పుకు ప్రాయశ్చిత్తం తప్పదు మరి.

చల : సర్వజ్ఞులు తమరు, తమరేం సెలవిస్తున్నారో-

బ్రహ్మ : ఏముందిలే చలమయ్య!

నన్నాటి తోపు ఎవడి తాత ఆస్తీకాదు. నువ్వు అనవసరంగా కలగజేసుకొని దెబ్బలు దింటే అది నీ తప్పు. బీదుపాడు అలగావాళ్ళతో తగాదా పడితే అది సదాశివం తప్పు! మంచి పనులు చేయటానికి తలల్లేకుండా పోకూడదు. మంచిని నలుగురూ హర్షిస్తారు. చెడును దూషిస్తారు. ఏది కావలసిన వాడు దాన్ని ఎన్నుకొంటాడులే, అయినా మనుష్యుల్ని మభ్యపెట్టవచ్చుగానీ, రేపు దేవుడి ఎదుట చేసిన తప్పులకు సంజాయిషీ ఇచ్చుకోవాలి కదా.

చల : నిజం చెప్పారు. మనవాడికివేం తెలియటం లేదు. కొంచెం మందలించండి.

బ్రహ్మ : అలాగ్గేలే చలమయ్యా

చల : విన్నారా. మీకోడలింట్లో దొంగతనం ఏకోనారాయణే చేయించాడట. ఎంత పోయిందేమిటి?

బ్రహ్మ : ఎంతో ఎక్కడిదిలే చలమయ్యా!

చల : అమ్మానాన్నా లేని మీ కోడలు బిక్కుబిక్కుమంటూ లంకంత కొంపలో ఒంటరిగా ఎందుకు. మీతోనే ఉంటే పోలా?

బ్రహ్మ : నిజమే! అంతా కలసి రావాలిగా!

చల : ఏమిటి సందేహం?

బ్రహ్మ : పెళ్ళి జరగనీ అని - నీ ధోరణి నాకు నచ్చుటంలేదు చలమయ్య! ఇంతకు మునుపు నీ మీద నాకు సర్వాధికారాలూ ఉండేవి. ఇప్పుడవి లేవేమో అని చింత. పెద్దవాణ్ణి నీకు హితం చెప్పక తప్పదు.

చల : చెప్పండి చెప్పండి, మీరు చెప్పాలి. నేను వినాలి. విని ఆచరించాలి. పెద్దల మాటలు పెడచెవిన పెడితే పుట్టగతులుంటాయా?

బ్రహ్మ : నీకు ఇష్టం లేకపోయినా నేను చెప్పకుండా ఉండలేను. నువ్వు ఇచ్చకాలు మానెయ్. నీ చేదవులన్నీ నాకు తెలుస్తూనే ఉన్నై. మంచి మార్గం తప్పితే మనిషి పశువై పోతాడు. పశువుగా జీవించటం ప్రమాదకరం జాగ్రత్త. చెప్పలేదనుకోవద్దు.

చల : నాకేమీ తెలియటం లేదు.

బ్రహ్మ : దొంగలు పడ్డ ఇల్లు చూడాలి. వస్తావా!

చల : మీరు పదండి. నాకూ పనుంది. వెళతాను.

బ్రహ్మ : (వీధిలోకి వెళిపోయాడు)

(స్వరాజ్యలక్ష్మి ప్రవేశం)

లక్ష్మి : (ఆశ్చర్యంగా చలమయ్యను చూసి) నువ్వా? నీకిక్కడేం పని?

చల : నీకే గాని, నాకేం పని ఉండదా ఇక్కడ?

లక్ష్మి : వారేరి?

చల : ఎవరూ? కృష్ణమూర్తా? పెళ్ళికాకుండానే 'వారు' అయిపోయాడా కృష్ణమూర్తి ?

లక్ష్మి : మాటలు తిన్నగా రానీ ...

చల : సదాశివం కోసమా? అన్నయితేనేం? తమ్ముడయితేనేం? ఊరగాకి ఏడెగురుతున్నాడో!

లక్ష్మి : మర్యాదగా మాట్లాడు! మా మామగారెక్కడ?

చల : మీ మామగారికి నేను కాపలానా?

లక్ష్మి : మామయ్య వచ్చాక వద్దువుగానీ, ఇప్పటికి వెళ్ళిపో, నాకిక్కడ చాలా పని ఉంది.

చల : నాకూ ఉంది పని, చాలా. అయినా వెళ్ళటానికా వచ్చాను? నిన్ను వెంట తీసుకుపోవటానికి వచ్చాను.

లక్ష్మి : నువ్వెళతావా లేదా?

చల : లక్ష్మీ! నా హృదయం నీకేనాడో అర్పించుకొన్నాను.

లక్ష్మి : దయచేసి వెళ్ళు!

చల : నేను వెళ్ళను.

లక్ష్మి : అయితే నేను వెళతాను. (పోబోతుంది)

చల : పోలేవు. (అడ్డం నిలబడతాడు)

లక్ష్మి : అడ్డంలే! నన్ను పోనీయ్

చల : లక్ష్మీ! నిన్నూ నీ సౌందర్యాన్ని ఆరాధించే నేను నీకు కాని వాణ్ణయ్యానా? నీకోసం రాత్రింబవళ్ళు అలమటించి పోతున్నానే! దయలేదా? స్త్రీ దయా పయోధి అంటారే! అంతా అబద్ధమేనా? ఎందుకీ తిరస్కారం? ఎందుకీ తృణీకారం?

లక్ష్మి : మీ అన్న భార్యను నేను. నీకు వదిన్ని!

చల : పెళ్ళి కాకుండానే కృష్ణమూర్తి పెళ్ళానివా? అయితే పెళ్ళి కాకుండానే నాకూ పెళ్ళానివి కా!

లక్ష్మి : వదిన అమ్మతో సమానం.

చల : నువ్వు కోరే కృష్ణ నీకు భర్త అయితే, నేను కోరే నువ్వు నాకు భార్యవే!

లక్ష్మి : మీ అన్న అంటే నాకు ప్రేమ. నువ్వంటే అసహ్యం.

చల : ఎన్నడూ చూడని మనిషంటే ప్రేమా?

లక్ష్మి : మీ అన్న హృదయం చూశాను నేను.

చల : నీ ప్రేమ గొప్పది కాబట్టే నిన్ను ప్రేమిస్తున్నాను లక్ష్మి

లక్ష్మి : నువ్వు పెళ్ళాడి – పెళ్ళాన్ని ప్రేమించుకోవాలి.

చల : నిన్ను పెళ్లి చేసుకుంటాను.

లక్ష్మి : తప్పు స్త్రీ మనసిచ్చినప్పుడే మనువాడినట్లు. నా మనస్సంతా మీ అన్నదే! నేను భారత స్త్రీని. భారత పాతివ్రత్యానికి వారసురాలిని. నాకు ప్రేమే పెళ్ళి. ఎప్పుడు నా మనస్సు వారి వశమయిందో అప్పుడే ఆయన నా భర్త. పరస్త్రీని కోరి పతనమైపోవద్దు నువ్వు.

చల : కృష్ణమూర్తి వస్తే మీ పెళ్ళయి పోతుంది, అప్పుడు పర స్త్రీవి. అప్పుడు నా ఆశల మేడలు కూలి పోతాయి. తాను రాకముందే నా కోరిక తీరాలి. నువ్వు నాకు వశంకావాలి. నువ్వు ఇష్టప [illegible] లొంగితే సరి! లేకపోతే బలవంతం తప్పదు.

లక్ష్మి : నువ్వు మనిషివే అని నేను మాట్లాడుతున్నాను. పశువ్వని తెలిస్తే క్షణం కూడా ఇక్కడుండను.

చల : నా హృదయాన్ని చిత్రవధ చేసి సంతోషించటం నీకు న్యాయమా?

లక్ష్మి : పునాదులు లేని గోడలమీద మేడలు కట్టే పిచ్చి చేష్టలు మానుకో! ఆధారం లేకుండా ఆశలు పెంచుకొంటే అవి నిరాశలు కావటం నిక్కచ్చిగా నిజం.

చల : నిన్ను దేవతగా ఆరాధించి పూజిస్తున్నాను.

లక్ష్మి : నన్ను మనిషిగా చూసే మంచి మనిషి చాలు. దేవతంటూ పూజించే పిచ్చివాడిని ఎవరూ కన్నెత్తి చూడరు.

చల : నమ్మి నిలబడ్డ భూమి కుంగిపోతే ఏం చేయాలి? నువ్వు తిరస్కరిస్తే నేను బ్రతకలేను.

లక్ష్మి : ప్రేమించని స్త్రీని ప్రేమించమని వెంటబడి, తిరస్కారం ఎదురైతే చస్తాననే వాడు మగవాడే కాడు. పిరికి పందలకు ఈ దేశంలో చోటు లేదు. వీరులకీ నీరాజనం. పిరికి వాళ్ళు తల్లికీ బరువే! దేశ మాతకూ బరువే! ధైర్యవంతుడివిగా బ్రతుకు.

చల : నిన్ను పెళ్ళాడితే ధైర్య వంతుణ్ణై బ్రతుకుతా లేకపోతే చచ్చిపోతా–

లక్ష్మి : దేశం అశాంతిలో తుకతుక ఉడికి పోతుంటే, కర్మ వీరుల ధర్మవీరుల స్వాతంత్ర్యం పరాభవింపబడుతుంటే, దుర్మార్గుల పాద తాడనంతో వేద భూమి కంపించి పోతుంటే, ప్రేమాగీమా అంటూ వెర్రి ప్రేలాపాలతో చస్తాననే నువ్వు.....

చల : లక్ష్మీ!

లక్ష్మి : నీ తోటి ప్రజలు దీనులై, అన్నార్తులై అలమటించి పోతున్నారే, నిలువ నీడలేక, కట్టబట్టలేక, కడుపునిండ కూడులేక ఎందరో మల మల మాడి పోతున్నారే, అజ్ఞానంతో అనారోగ్యంతో నిరుపేదలు అల్లాడిపోతున్నారే, వాళ్ళ మీద నీకు దయలేదా?

చల : లక్ష్మీ!

లక్ష్మి : నన్నలా పిలవవద్దు.

చల : నిన్ను పిలవటానికి కూడా తగనా?

లక్ష్మి : తగవు!

చల : నా గుండెల్లో కత్తులు గుచ్చకు లక్ష్మీ!

లక్ష్మి : నా పేరెత్తి పిలవకు!

చల : పిలవకుండా ఉండలేను లక్ష్మీ !

లక్ష్మి : (చాలా కఠినంగా) వద్దు.

చల : పిలుస్తాను లక్ష్మీ! (అతి దీనంగా)

లక్ష్మి : (ఇంకా కఠినంగా) వద్దు! వద్దు!

చల : (అతిదీనంగా) పిలుస్తాను (ఆప్యాయంగా) లక్ష్మీ!

లక్ష్మి : వద్దు! వద్దు! వద్దు!

చల : లక్ష్మీ! లక్ష్మీ! లక్ష్మీ!

లక్ష్మి : నోర్ముయ్! (చెళ్ళున చెంపమీద కొడుతుంది)

చల : కొట్టావా? (చెంప రాసుకొంటూ) ధన్యుణ్ణి లక్ష్మీ!

లక్ష్మి : (మళ్ళీ చేయి ఎత్తుతుంది)

చల : కొట్టు! ఇంకా కొట్టు! చంపెయ్ ఫర్వాలేదు లక్ష్మీ! నీ హస్త స్పర్శతో నా తనువంతా పరవశించిపోతూ ఉంది (చేయి పట్టుకొంటాడు)

లక్ష్మి : వదులు! చేయి వదులు! విడిచి పెట్టమంటుంటే

చల : వదలను లక్ష్మీ! నీ చేయి తాకితే ఎంత ఆనందం? నీ చేయి పట్టుకొంటే ఎంత సుఖం?

లక్ష్మి : (గింజుకొంటుంది)

చల : ఆప్యాయంగా ఆదరించవలసిన చేతితో కొట్టావుకదా! ఎన్నినాళ్ళ ఎదురుచూపులకో ఇది బహుమతా?

లక్ష్మి : నన్ను విడువ్! నిన్ను చంపేస్తాను!

చల : చంపు లక్ష్మీ!

లక్ష్మి : మానాభి మానాలు లేని పశువా? వదులు!

చల : పశువులా ప్రవర్తించానా?

లక్ష్మి : బావా!

చల : నిన్నిప్పుడు ఏ బావా రక్షించలేడు, ఈ బావే రక్షించాలి. ఏమి చేయాలనుకొన్నా చేయగలను. కానీ నీ యిష్టం లేకుండా ఏమీ చేయను. నీకు ఇష్టం కలిగిందాకా నిరీక్షిస్తూ ఉంటాను. పో! (చేయి ఇంకా వదల్లేదు?) లక్ష్మీ!

లక్ష్మి : (అసహ్యంగా చూసి, చేయి విడిపించుకొంటూ ఉంటుంది.)

(సదాశివం ప్రవేశం)

సదా : పిలిచావా వదినా? (గబగబా పోయి చేయి విడిపించి. చొక్కా కాలరు పట్టుకొని చేయి ఎత్తుతాడు)

లక్ష్మి : బావా! మామయ్య కిచ్చిన మాట - ఎవర్నీ కొట్టనని, జాతీయ పతాకం సాక్షిగా-

సదా : అబ్బబ్బా! నన్ను చంపేస్తున్నారు వదినా మీరు - పోరాపో! బ్రతికిపోయావ్ పో!

చల : నీ పెళ్ళం చేయి పట్టుకొన్నట్టు ఎగురుతున్నావే? ఏం ఇది నీ పెళ్ళామా?

సదా : రేయ్ (మెడపట్టుకొన్నాడు)

లక్ష్మి : మామయ్య కిచ్చిన మాట - మరిచి పోవద్దు.

సదా : (మెడవదిలి) బ్రతికి పోయావ్ పో!

చల : లేకపోతే, ఏం చేయగలవురా నువ్వు! దీన్ని నువ్వు తగులుకొని అన్నకు అంటగట్ట బోతున్నావు.

సదా : వదినా ఎంత మాటన్నాడు వీడు! (మీదికి పోతాడు)

లక్ష్మి : మామయ్య కిచ్చినమాట - గుర్తుంది కదా బావా?

సదా : నన్నెందుకు చాతగానివాణ్ణి చేస్తున్నావు వదినా!

చల : చేతగానివాడినని రుజువు చేసుకొన్నావు కాబోలు

సదా : నోర్ముయ్‌రా గాడిదా! క్షణకాలం ఇంకా నువ్విక్కడ ఉంటే నీ శవం వెళ్తుంది.

చల : నీ చేత గాదురా! లక్ష్మీ!

లక్ష్మి : నా పేరు పిలవ్వద్దు!

చల : నా యిష్టం లక్ష్మీ! నిన్ను ఏం చేయాలనుకొన్నా చేసేవాణ్ణి!

సదా : నేను బ్రతికి ఉండగా లక్ష్మి మీద ఈగ వాలదు.

చల : ఈగలు వాలవులే! నిమిషాల్లో శీలం హరించి ఉండే వాణ్ణి! కానీ వదిలేశాను. కారణం లక్ష్మిని నేను ప్రేమిస్తున్నాను. మంచికీ లోకంలో తావులేదు. హృదయ ఘోష మూగరోదన వినే దిక్కేలేదు. లక్ష్మీ! నీ

దీనుణ్ణి, వీడికి హీనుడుగా కనిపిస్తున్నాను - ఏమిరా అట్లా చూస్తావ్! కొడతావా? కొట్టు! కొట్టలేవురా! మీ అయ్యకు మాట ఇచ్చావురో సత్య హరిశ్చంద్రుడా! మాట మీద నిలబడు!

సదా : నోర్ముయ్ అవతలకి పో!

చల : పోను!

సదా : మెడబట్టి నెడతా!

చల : నెట్టలేవు! మీ అయ్యకిచ్చిన మాట మర్చిపోతావా!

లక్ష్మి : బావా! అతన్ని పంపెయ్

చల : నన్ను అవమాన పరచిన మీ గుండెల్లో నిద్రపోతాను. మీకిక శాంతి ఉండదు. శివం నిన్ను తన్నదలిస్తే ఎంత సేపు! పసివాడివి, పదికాలాలు బతకవలసిన వాడివి. వళ్ళు దగ్గరుంచుకో!

సదా : మర్యాదగా పో!

చల : నేను పోగానే, దాన్ని వాటేసుకొంటావా?

లక్ష్మి : బావా! వాణ్ణి చంపెయ్! పో చంపు !

సదా : నిజంగానా?

చల : ఆ అవకాశం మీకివ్వను (వెళ్ళిపోయాడు)

సదా : (అరి చేతుల్లో తల పట్టుకొని మంచం మీద కూర్చున్నాడు)

లక్ష్మి : బావా?

సదా : ఏం వదినా? నన్నెందుకు మీరు బలహీనుణ్ణి పిరికివాణ్ణి అశక్తుణ్ణి చేస్తున్నారు?

(బ్రహ్మయ్య ప్రవేశం)

బ్రహ్మ : ఏమిటి అలావున్నారు మీరు? చలమయ్య ఏడి?

సదా : (మంచం మీంచి లేచి పచ్చగడ్డి పన తీసుకొని పశువుల పాకలోకి పోయాడు)

లక్ష్మి : మీ కోసం చూచ్చూసి ఇప్పుడే వెళిపోయాడు చలమయ్య

బ్రహ్మ : ఏమయినా గొడవచేశాడా వాడు?

లక్ష్మి : ఏమీలేదే!

సదా : (తిరిగివచ్చి) (తాటిగెలల దగ్గర కూర్చుని కత్తి తీసి) వదినా ప్లేటు తీసుకురా! ముంజలు తీస్తాను.

– మెల్లగా తెర –

# జైహింద్

## రెండవ రంగం

జైహింద్! జైహింద్! జైహింద్
యుగయుగాల తరతరాల
ప్రగతి మహాపథం చూపు
జైహింద్! జైహింద్! జైహింద్!


లోకాలకు ఆలోకాల్
దేశాలకు సందేశాల్
అందించే నందనవన
శత సుందర జయ పతాక               ॥జైహింద్॥


పంచశీల పరమార్థం
ప్రణాళికా మనోరథం
ప్రవహింపుము పొంగులెత్తి
పరమ దివ్య జయపతాక               ॥జైహింద్॥


నీతి నియమ రహిత మూర్ఖ
జాతి వెన్ను పోటు బుద్ధి
మార్చి లోక కళ్యాణం
కూర్చుకొనుము జయపతాక               ॥జైహింద్॥

(తెరలేచేసరికి జాతీయ పతాకం ఎదుట మోకరిల్లి ఉన్న బ్రహ్మయ్య లేచి నిలబడుతూ వుంటాడు. మనిషి ఆకారంలో మార్పులేదు.

ఆ ఇంటి వసారా ఆకారంలో మాత్రం మార్పు ఉంది. నులకమంచం లేదు. నవారు మంచం ఉంది. దానిమీద పరుపు దుప్పటి తలగడ వేసి ఉన్నాయి. ఎండుగడ్డి పచ్చిగడ్డి ఉండేచోట రెండు ఫోల్డింగు కుర్చీలు టేబుల్ రేడియో ఫ్లవర్‌వేజ్ ఉన్నాయి. ఇంటిలోకి పోయేదారికి కర్టెను ఉంది)

(దూకుడుగా చలమయ్య వచ్చాడు)

చల : చూశారా బ్రహ్మయ్యగారూ! శివం ఎంత పనిచేశాడో! ఊరిజనం పిచ్చి కోపంతో ఉన్నారు. మీ ముఖంచూసి ఊరుకొంటున్నారు, లేకపోతే చితకబాదేవాళ్ళు! మీరు పెద్దవాళ్ళు, కుర్రాణ్ణి దండించకపోతే ఎలా? ఇన్ని అవకతవకలు మీరు చూస్తూ ఉంటారా?

బ్రహ్మ : అసలు ఏం జరిగింది చలమయ్యా!

చల : ఏమయినా జరుగుద్ది. ఎందుకు జరగదు? పనీపాటా లేకుండా బరితెగించి వూరిమీద ఆంబోతులా ఊరేగమని వదిలేస్తే ఏం జరగదంటారు. ఇవాళ యిదీ. రేపు మరోటి. ఏమయినా అవుద్ది.

బ్రహ్మ : ఇంతకీ ఏమయిందో చెప్పవేం?

చల : హరిజనుల్ని వెంటేసుకు తిరిగితే, తిరగమనండి. ఊరబావి నీళ్ళు తోడనిస్తాడా? జనం గగ్గోలు పెడుతున్నారు. అసలే నీటి ఎద్దడి. ఆ పైన అంటుదగిలె! ఎట్టా సావాలి జనం!

బ్రహ్మ : వాళ్ళను బావి కాడికి రాకుండా ఆపలేకపోయారా?

చల : ఆపటమా? అడ్డం పడితే మనకే మూడేటట్లుంది. అయినా అర్థం కాక అడుగుతాను, మీ వాడి కెందుకింత జబర్‌దస్తీ?

బ్రహ్మ : వాళ్ళకు నీళ్ళు కావాలి. తోడుకుపోయారు. శివం ఏమి చేస్తాడు?

చల : తెలయనట్లు మాట్టాడకండి. వాడేకదా, దగ్గరుండి మాల మాదిగలతో బావి నీళ్ళు తోడించింది.

బ్రహ్మ : వాళ్ళబావి ఎండాకాలం ఒట్టి పోద్ది, వాళ్ళేం తాగాలి? గొడ్డు గోదా ఎట్టా బతకాలి?

చల : అట్టా అని మన బావి మీదికి ఎగబడతారా?

బ్రహ్మ : మనకింకా బావులు నాలుగున్నాయి. ఆ నీళ్ళు వద్దనుకునేవాళ్ళు ఇక్కడ నుంచి తెచ్చుకోవచ్చునే!

చల : అవీ వాళ్ళు ముట్టుకొంటే ఇక వూరి గతేమిటి?

బ్రహ్మ : వాళ్ళంత దుండగీళ్ళు కారులే చలమయ్యా? వాళ్ళ దగ్గరలో బావి ఉండగా ఇక్కడిదాకా ఎందుకు వస్తారు? రారుగదా!

చల : అయితే ఇదంతా తమ ప్రోత్సాహమేనన్నమాట. కుడీ ఎడమా లేకుండా పోతున్నాయి.

బ్రహ్మ : ప్రోత్సాహమని కాదు, సహించటం.

చల : ఈ అంటరాని వాళ్ళనిలా సహించి సాగనిస్తే-

బ్రహ్మ : ఆగు! ఎవరు అంటరానివాళ్ళు? మురికి వాళ్ళు అంటరాని వాళ్ళు. నాకంటే శుభ్రంగా ఉంటున్నారు వాళ్ళు. అయినా వాళ్ళు అంటరానివాళ్ళేనా? ఎవడు గుణహీనుడో వాడు కులహీనుడు. వాళ్ళు గుణ హీనులుకారే! వేద కాలంలో లేని ఈ పంచములు ఎక్కణ్ణుంచి పుట్టుకొచ్చారు చలమయ్యా? బలవంతులు స్వార్థపరులై, బలహీనుణ్ణి బానిసను చేసుకొని పంచముడని పరాభవించటం ద్రోహం కాదూ! ద్రోహులు తీర్పరులా?

చల : ద్రోహులంటున్నారే!

బ్రహ్మ : కాక, నువ్వూ, నేనూ, మనం తరతరాలుగా ద్రోహులం. ఈసారి అంటరానివాళ్ళు అన్నావంటే నేనే నిన్ను జయిలుకుపంపిస్తా! వళ్ళు దగ్గర పెట్టుకో!

చల : ముసలి నెత్తురు, ఉడుకు తగ్గి, ధర్మ పన్నాలు చెబుతున్నారు. మీతో ఎందుకులే, కృష్ణమూర్తితోనే చెబుతాను. తమ్ముణ్ణి సరిదిద్దుకోమని.

బ్రహ్మ : చలమయ్యా! నువ్వు రోజు రోజుకీ చెడిపోతున్నావయ్యా. నన్నన్నావనికాదు. నువ్వు చెడకూడదు. చెడిన కూడు కుక్క కూడ ముట్టదు. నిన్నెవరూ పిలవరు, తలవరు. నువ్వు చెడటం నేను చూస్తూ ఊరుకో కూడదు. మంచిమాట, మంచి బాట నువ్వు అలవర్చుకోవాలి. మారుతున్న కాలానికి ఎదురీదలేవు. వృధా ప్రయాస

చల : మీ నీతులు, మీ జీతగాళ్ళకు చెప్పుకో, నాకొద్దు

బ్రహ్మ : కోరి కోరి చెడేవాణ్ణి ఎవడు బాగు చేస్తాడు? నీ కర్మ!

చల : ముసలోడివిగా నోరుతీట, వాగుతూ ఉండు!

బ్రహ్మ : నువ్వు బాగుపడతావు, నాకా నమ్మకముంది.

చల : సడేలే! (ఈసడింపుగా)

బ్రహ్మ : కృష్ణ వచ్చిన కాణ్ణుంచి నిన్ను అడుగుతూనే వున్నాడు చలమయ్య నువ్వు ఊళ్ళో లేవన్నారు. అన్నదమ్ములు పొలం పోయారు. వస్తూ ఉండొచ్చు కలుసుకో!

చల : అట్టాగేలే! (విసురుగా వెళిపోయాడు)

బ్రహ్మ : లక్ష్మి! లక్ష్మీ!

లక్ష్మి : (ఇంటిలోపల్నుంచే) ఏం మామయ్యా!

బ్రహ్మ : నేనలా రచ్చబండదాకా పోయొస్తానమ్మా! కృష్ణకు కాఫీ యిష్టం కదా!

లక్ష్మి : (వసారాలోకి వచ్చింది) చేసి ఉంచుతా! రాగానే ఇస్తానులెండి మామయ్య.

బ్రహ్మ : (బయటకు వెళ్ళి పోయాడు)

లక్ష్మి : (ఉత్సాహంగా కూనిరాగం తీస్తూ వసారాలో సర్ది ఉన్నవాటినే మళ్ళీ సర్దుతూ ఉంది)

(వెలుపలి నుంచి కృష్ణమూర్తి వచ్చాడు)

(తల నున్నగా దువ్వి పాపిట తీసి ఉంది. పేంట్‌లో సర్టు టక్ చేసుకొని ఉన్నాడు. దుమ్ము చెప్పులు వాకిట్లో వదిలాడు. మనిషి పుష్టిగా ఉన్నాడు ఎత్తరి. మిలటరీ దేహం, ముఖంలో కళాకాంతులున్నాయి. అందగాడే ముప్పై ఏళ్ళయినా ముఖంలో పసితనం ఉంది. ఆలోచన కనడేకళ్ళు. ఆప్యాయత కనబడే ముఖ వర్చస్సు)

లక్ష్మి : (కూని రాగం ఆపి, బావను చూసి, తలదించుకొని లోపలికి పోబోతుంది)

కృష్ణ : లక్ష్మీ!

లక్ష్మి : (ఆగింది. తలదించుకొనే ఉంది)

కృష్ణ : (మంచం మీద కూర్చుని) ఇటురా!

లక్ష్మి : (దగ్గరకుపోయి నిలబడింది)

కృష్ణ : కూర్చో!

లక్ష్మి : (సంశయిస్తుంది)

కృష్ణ : కూర్చో లక్ష్మీ!

లక్ష్మి : (తలవంచుకొని కుర్చీలో కూర్చుంటుంది)

కృష్ణ : ఇటు చూడు.

లక్ష్మి : (ముఖం ఎత్తి చూసి, తల దించుకొంటుంది)

కృష్ణ : నీ పేరేమిటో చెప్పు!

లక్ష్మి : (అటుతిరిగి నవ్వుతుంది)

కృష్ణ : చూడు! నువ్వు పేరు చెప్పటంలేదు.

లక్ష్మి : స్వరాజ్యలక్ష్మి కృష్ణమూర్తి

(తుర్రున లోపలికి పోయింది)

కృష్ణ : లక్ష్మీ! బాగుంది చాలా బాగుంది.

(దిండుమీద చేరబడ్డాడు)

లక్ష్మి : (కాఫీ కప్పుతో వస్తుంది. ఇస్తుంది)

కృష్ణ : స్వరాజ్యలక్ష్మీ కృష్ణమూర్తీ! నీ కాఫీ ఏది?

లక్ష్మి : (మాట్లాడదు. అటుచూసి నవ్వుతుంది)

కృష్ణ : (కాఫీ తాగుతూ) నీకు వద్దా కాఫీ!

లక్ష్మి : (వద్దన్నట్లు తల ఆడిస్తుంది)

కృష్ణ : కూర్చో .

లక్ష్మి : (కుర్చీలో కూర్చుంటుంది)

కృష్ణ : (కాఫీ చప్పరిస్తూ కాఫీ చేసింది ఎవరూ?

లక్ష్మి : (మాటాడదు)

కృష్ణ : కాఫీ ఏమీ బాగాలేదు.

లక్ష్మి : (ఆత్రంగా) కాఫీ బాగాలేదాండి? నిజంగా బాగాలేదా?

కృష్ణ : మాటలు రాని అజంతా శిల్పానినేకాదు, మాటలు వచ్చిన మధురగాయనివి కూడా!

లక్ష్మి : (సిగ్గగా నవ్వుతుంది)

కృష్ణ : ఇంట్లోని పంచదారంతా కాఫీలో వేసి ప్రేమ చూపించాలనా?

లక్ష్మి : పంచదార ఎక్కువయిందా, కాఫీలో?

కృష్ణ : అహఁ! ఎక్కువ కాలేదు, ఏమీలేదు. కాఫీ బాగుంది, అది సరేగాని, ఉత్తరాలు అంత బాగా రాసేదానివి. సరీగ్గా మాట్టాడవేం?

లక్ష్మి : ఏం మాట్లాడమంటారు?

కృష్ణ : నేను చెబితే గాని మాట్లాడనన్నమాట నీ ఫోటోలు చూసే మురిసిపోయాను నిన్ను చూసి –

లక్ష్మి : చూసి?

కృష్ణ : పొంగిపోతున్నాను. ఫోటోల్లో కంటే బాగున్నావు!

లక్ష్మి : నిజంగానా?

కృష్ణ : కాదు! అబద్ధం!

లక్ష్మి : అబద్ధమా?

కృష్ణ : కాదు నిజమే!

లక్ష్మి : (లక్ష్మి చంద్రహారం తడుంకొంటుంది)

కృష్ణ : అది?

లక్ష్మి : మీరు పంపిందే!

కృష్ణ : అది సరే గానీ, నీకు నచ్చిందా అని.

లక్ష్మి : నచ్చింది!

కృష్ణ : మరి నేను!

లక్ష్మి : ఏంటండి?

కృష్ణ : నచ్చానా?

లక్ష్మి : (నవ్వుతుంది)

కృష్ణ : నన్ను చూసి నవ్వుతున్నానా?

లక్ష్మి : అవునండి! కాదండి! అవునౌను!

కృష్ణ : లక్ష్మీ! నేను నీకంటే పదేళ్ళు పెద్ద వాణ్ణి .

లక్ష్మి : అయితే ఏమి?

కృష్ణ : తల్లీ తండ్రీ లేని దానివి .

లక్ష్మి : మీరంతా లేరా? నాకేం కొదవ?

కృష్ణ : మంచీ చెడూ తెలియని వయస్సు .

లక్ష్మి : అన్నీ తెలుసు .

కృష్ణ : నీకూ ఇష్టమే - నాకూ ఇష్టమే కానీ లోకానికి? పెళ్ళయ్యాక నలుగురూ నాలుగు మాటలంటే బాగుండదు.

లక్ష్మి : ఎవరూ ఏమీ అనరు. అన్నా పట్టించుకోనక్కరలేదు. మిమ్మల్ని చూడకుండానే ప్రేమించిన దాన్ని.

కృష్ణ : చూశాక?

లక్ష్మి : ప్రేమ అంతా యింతాకాదు.

కృష్ణ : నీకు సంపూర్ణంగా ఇష్టమేకదా పెళ్ళి?

లక్ష్మి : ఓ !

కృష్ణ : సొంతం వాళ్ళు ఎవరూ లేరని -

లక్ష్మి : మామయ్య తల్లీ తండ్రీ గురువూ దైవం ఇంతకాలం-ఇక పైన మీరే!

కృష్ణ : నువ్వు అమాయకురాలివి లక్ష్మీ!

లక్ష్మి : ఏంగాదు!

కృష్ణ : అయితే ఇటురా!

లక్ష్మి : అదేం కుదరదు

కృష్ణ : ఏం? ఎందుకని!

లక్ష్మి : ఇప్పటికంటే! అదుగో మామయ్య గారు! రానే వచ్చారు (లోపలికి పోతుంది)

(బ్రహ్మయ్య వచ్చాడు)

బ్రహ్మ : మన పొలాలన్నీ చూశావుగా కృష్ణ! నువ్వు ఆడుతూ పాడుతూ పడుతూ లేస్తూ తిరిగిన భూములు, గొడ్డు మేపిన నేల, ఈదులాడిన చెరువు, అన్నం ముద్దలుగా మార్చే మట్టి గడ్డల్ని చూశావుగా!

కృష్ణ : చూశాను నాన్నా! ఎంత పొంగి పోయానో! మెట్టపంటలు పోయి, తిండిగింజలు పండుతూ ఉన్నాయి. నీళ్ళు లేని భూముల్లోకి గంగా భవాని వచ్చి గుడి కట్టుకొంది. పిల్లకాలవలు చూస్తుంటే వళ్ళు పులకరించింది.

బ్రహ్మ : సాగర్ నీళ్ళతో సర్వం మారిపోయింది కృష్ణా!

కృష్ణ : నాగళ్ళు తగ్గి, ట్రాక్టర్లు పెరిగాయి. మోట బావులు పోయి, మోటారు పంపులు వచ్చాయి. కన్నీళ్ళు పోయి కాలవ నీళ్ళు వచ్చాయి. ఎంత అదృష్టం నాన్నా!

బ్రహ్మ : ఈ ఇరవై ఏళ్ళలో ఎన్నో మార్పులు మనుషుల్లో –

కృష్ణ : చాలా మందికి చదువు అబ్బింది. స్కూళ్ళు, కాలేజీలు వచ్చాయి.

బ్రహ్మ : పెద్దలకు రాత్రి బళ్ళుకూడా ....

కృష్ణ : అప్పటి మాలమాదిగ పల్లెలు పూరికొంపలు రొచ్చూ రోత. ఇప్పుడు గట్టి ఇళ్ళు ఎంత శుభ్రంగా ఉన్నాయి పల్లెలు. వాళ్ళలో ఎం.ఎలు కూడా చదివిన వాళ్ళున్నారటగా!

బ్రహ్మ : డియస్పీ, డిప్టీకలెక్టరు కూడా ఉన్నారు.

కృష్ణ : అప్పుడు మనూరికి బస్సులు వచ్చేవికావు, గిలకలదాకా బురదబాటలు ఇప్పుడు చూడు సిమ్మెంటు రోడ్డు.

బ్రహ్మ : ఊరు చాలా మారింది బాబూ!

కృష్ణ : నా చిన్నతనంలో చీకటి పడితే నిద్రపోయేవాళ్ళం, ఇప్పుడు తెల్లార్లూ పట్టపగలే. కరెంటు లైట్లు, ప్రతింట్లో!

బ్రహ్మ : మునుపు రైతు కుటుంబంలో ఏడాది పొడుగునా అందరికీ పని ఉండేది కాదు. జూటు మిల్లు వచ్చాక అందరికీ అన్ని రోజులూ పనే!

కృష్ణ : పిల్లలం కర్రాబిళ్ళా, చెర్‌పట్టెలు, పులిజూదం, చెడుగుడు ఆడేవాళ్ళం ఇప్పుడు న్యూసుపేపర్లు, రేడియోలు, ట్రానిష్టర్లు – ఎంతమారారు జనం!

బ్రహ్మ : అప్పుడు జ్వరం వస్తే అంతే సంగతులు – ఇప్పుడో గుండెలు తీసిన బంటులు – ఎన్ని మందులు! ఎంత వైద్యం!

కృష్ణ : మనుషులకే కాదు, జంతువులక్కూడా డాక్టర్లు –

బ్రహ్మ : నువ్వు మిలటరీ చేరినరోజుల్లో నీ ఉత్తరాలు రెండు వారాలగ్గాని చేరేవి కావు. ఇప్పుడు నిన్న వేస్తే ఇవాళ వస్తున్నాయి. పరిస్థితులు బాగా మారాయి.

కృష్ణ : స్వాతంత్ర్యం వల్లే ఈ మార్పులన్నీ సాధ్యమయ్యాయి కదా నాన్నా!

బ్రహ్మ : పరాయి పాలన పోవటంతో, మన ప్రభుత్వాలు ఎన్ని మంచి పనులో చేయగలుగుతున్నాయి.

కృష్ణ : ఇదంతా పంచవర్ష ప్రణాళికల వల్లే సాధ్యమయింది అనుకొంటాను.

బ్రహ్మ : అక్షరాలా అంతే!

కృష్ణ : ఈ పరిణామాల్లో – ఈ మార్పుల్లో – నేను పాలుపంచుకోలేకపోయానే అని దిగులు.

బ్రహ్మ : నీ లాంటి సమర్థులు దేశ రక్షణ చేయబట్టే ఇక్కడీ అభివృద్ధి సాధ్యమయింది.

కృష్ణ : మీరు స్వాతంత్ర్యం సాధిస్తే.....

బ్రహ్మ : మీరు దేశాన్ని పురోగమింపజేస్తున్నారు. దానికంటే ఇదే ముఖ్యం!

కృష్ణ : త్యాగమూర్తులైన తల్లి దండ్రులకు తగ్గ తనయులుగా మాతరం ఉండగలిగితే ...

బ్రహ్మ : మీరు తల్లి దండ్రులు గర్వపడే తరం కాగలుగుతున్నారు – నేను జయిలు నుంచి వచ్చినరోజు ఢిల్లీలో, లాల్ ఖిల్లాపైన జాతీయ పతాకం రెపరెపలాడింది. మా తల్లి భరతమాతకన్న స్వరాజ్యలక్ష్మి ఆ రోజే సుతారంగా నవ్వింది. వీరుడే స్వరాజ్యలక్ష్మిని కాపాడతాడు. నువ్వే స్వరాజ్యలక్ష్మిని పెళ్ళాడాలి నాన్నా!

కృష్ణ : మీ యిష్టమే మా యిష్టం.

(ఏకోనారాయణవచ్చాడు)

(భుజాన సంచీలేదు, చేతిలో ఉత్తరాలకట్టాలేదు)

ఏకో : దేశానికి అన్నం పెట్టే రైతూ, దేశాన్ని కాపాడే వీరుడూ – మరిగలిత్తే ఏకాంతంగా ఉండగా – నేను రావటం – మరి గలిత్తే – పానకంలో పుడకలాగా కాదుగదా!

బ్రహ్మ : నీకేం అడ్డం ఇక్కడ? ఎప్పుడైనా రావచ్చు!

ఏకో : కృష్ణ రావటం, ఇంటి అలంకారం మారటం, పెళ్ళికళ వచ్చేసింది!

బ్రహ్మ : రాదామరి? రా కూర్చో .

కృష్ణ : బాగున్నావా నారాయణ!

బ్రహ్మ : బాగాలేకేం. అటు పొలం రాబడి, ఇటు పోస్టాఫీసు జీతం. నీ సాహసగాడి పని రొక్కాన పడింది.

ఏకో : ఏ రొక్కంలే బ్రహ్మయ్యగారు! గంపెడు సంసారమాయె. ఎంత సంపాదించినా బొటాబొటి బ్రతుకు – కృష్ణా నీకిప్పుడు తీరికే గదా!

కృష్ణ : అంతా తీరికే! ఏమిటి కబుర్లు?

ఏకో : నువ్వే చెప్పాలి. చైనా వాళ్ళు చిటికెన వేలంత కదా ఉంటారు వాళ్ళకెన్ని గుండెలు కృష్ణా మన మీద దండెత్తటానికి! దౌర్జన్యం చేస్తారుగా దవడపళ్ళు రాలగొట్టే వాళ్ళేక.

కృష్ణ : మూర్ఖులకు తెలివితేటలు, ఆశబోతులకు ఆలోచనలు ఉండవు నారాయణ. అందుకే తెగబడ్డారు.

ఏకో : వాళ్ళకు బుద్ధి చెప్పలేమా?

కృష్ణ : చెప్పగలం! తగిన సైన్యం కావాలి. తోడగా మేలైన ఆయుధాలు కావాలి. పైగా ఆహారోత్పత్తి తగ్గకూడదు. మనసైన్యం గొప్పది. ప్రజాధనంతో ఆయుధాలకు కొదవలేదు. రైతుల పుణ్యమాని తిండి గింజల ఇబ్బడి ముబ్బడి. అందుకే జయం మనదే!

ఏకో : పంట పండించే రైతుకూడా పరోక్షంగా యుద్ధం చేస్తున్నట్లే.

కృష్ణ : కరెక్టుగా చెప్పావు! నిత్యం సిద్ధమయి ఉండే సైనికులు దేశ భద్రత పటిష్ఠంగా కాపాడతారు.

ఏకో : ఈ పిల్లలూ, భార్యా – ఈ లాగులాట పీకులాటల్లేకపోతే – ఉప్పుంటే పప్పులేదని, పప్పుండే ఉప్పులేదని, నల్లయ్య కొట్టుకీ నడి బజారుకీ – మరిగలిత్తే – ముప్పతిప్పలు బెట్టి, మూడు చెరువుల నీళ్ళు తాగించే – ఈ పెళ్ళాం – ఈ పిల్లల తిరనాళ్ళ లేకపోతే, నేనూ మిలటరీలో చేరి, దర్జాగా డ్రెస్‌వేసుకొని, టిప్ టాప్ బూట్లేసుకొని, దోమ తెరలో దూరి నిద్రపోదునే! ఏం జేస్తాం? అదృష్టం లేదు. మొన్న రిక్రూట్‌మెంటు జరిగింది కదా, నేను మిలటరీలో చేరతానని పోతే, కర్ర దీసుకొని తరిమేశారు.

కృష్ణ : రిక్రూటుమెంటు జరిగిందా!

ఏకో : ఆఁ ! మనూరునుంచి పేరయ్య తమ్ముడు చంద్రం, కోటిరెడ్డి మనుమడు పేర్రెడ్డి, నాగరత్నం కొడుకు పేరిగాడు చేరి పోయారు. లెఫ్ట్ – రైట్ – లెఫ్ట్ – రైట్ – ఈ పాటికి కదం తొక్కుతుంటారు.

కృష్ణ : ఈ ఆత్యయిక పరిస్థితి వల్ల రిక్రూట్‌మెంటు జరుగుతూ ఉంది. అవసరమే!

ఏకో : నువ్వు నీఫా బోర్డరులో ఉన్నావు కదా! కష్టమా?

కృష్ణ : కష్టమా అంటే ఆ కష్టం కష్టంకాదు. చైనా వాళ్లు ఎప్పుడు చొచ్చుకు వస్తారో తెలియదు. మనసైన్యం రాత్రీ పగలు, కంటిమీద కునుకు లేకుండా నిద్రాహారాలు మాని, చలిలో కొండల్లో సరిహద్దులు సంరక్షించాలి. అదే పని!

ఏకో : కష్టమే !

బ్రహ్మ : మాతృదేశసేవలో ఇష్టమైన పని కష్టమేంకాదు

ఏకో : హిమాలయ పర్వతాలు, ఎవరెస్టు శిఖరం మానస సరోవరం, మరిగలిత్తే, పచ్చనిలోయలు, నున్నని పర్వత సానువులు, దూది పింజల్లాంటి

మంచు పూలు - నా సామిరంగా గాలిలో తేలుతుంటే, ఆ అందం ఆ వాతావరణం, అదంతా వినటమే కాని మాకు చూసే భాగ్యం లేకపోయె! ఎంతయినా నువ్వు అదృష్టవంతుడివయ్యా.

బ్రహ్మ : రాక్షసి మూకల్లాగా చైనా సైన్యాలు సరిహద్దులు దాటినప్పుడు, మన సైన్యాలు పోరాటం నాకు తెలియచెప్పునాన్నా!

కృష్ణ : పంచశీల ధ్యేయంతో, ప్రణాళికా మార్గంలో ప్రగతి సాధించాలనుకొనే సన్మార్గ భారతీయ సైనికులు తుది విజయం ధర్మానిదే అని నమ్మారు. మాతృమూర్తి నుదుటి కుంకుమం చెరపటానికి చేయి చాచిన క్రౌర్య హస్తం ఖండించటానికి, ఆరోజు ప్రతి సైనికుడు అప్రమత్తుడై ఉన్నాడు. ప్రతాప మహాగ్ని కీలల అగ్ని గుండంలో దూకే మిడతల దండులాగా చైనా సైన్యం చొచ్చుకు వస్తూ వుంది. భారత సైనికుల తుపాకులు, మెషిన్‌గన్ ధాటికి వేలాది చైనా సైనికులు నేల కొరిగారు. దుర్మార్గ చైనా కౌరవులకు, సన్మార్గ భారతీయ పాండవులకు జరిగిన కురుక్షేత్రంలో ప్రతి భారతీయ సైనికుడు విజయుడై, ఎదిరిమూకను తుపాకులకు బలియిస్తే రణరంగం పీనుగల కుప్పలు కాగా, కాకులు, గద్దలు రాబందులు పీక్కు తిన్నాయి. అమానుషచేష్ట పనికిరాదని, ధర్మాన్ని అధర్మం ఏనాడూ జయించలేదని, శివుడి మూడో కంటిమంటకు సర్వదుర్మార్గం నశించి తీరుతుందని, మన సైనికులు చాటి చెప్పారు.

బ్రహ్మ : కృష్ణా! మనసైన్యం అంత వీరోచితంగా పోరాడినా వాళ్ళు మన దేశంలోకి ఎలా చొరబడ్డారు?

కృష్ణ : వాళ్ళకు సైనికులు ఎక్కువ. మనకు తక్కువ. వాళ్ళకు చావు లెక్కలేదు మనసైనికుల్ని మనం నష్టపోము. మనిది యుద్ధ నైపుణ్యం. వాళ్ళది మూర్ఖత్వం. మన సైనికులు పది మందయితే వాళ్ళు వందమంది గతించారు. వాళ్ళది అధర్య యుద్ధం మొండి ధైర్యం, చావో బ్రతుకో చొరబడేయటమే!

ఏకో : వాళ్ళు మొండి ఘటాలు కదా! పొట్టి సన్నాసులాయె, బుద్ధులు గిడసబారి ఉంటాయి. కుయుక్తులు మోసాలు - మరిగలిత్తే వెధవ్వేషాలు ఆ

జాతికే ఉన్నట్లు వింటామే - ఏదో మోసం చేసే ఉంటారు. పుర్రెని పుట్టిన బుద్ధి పుడకలతో గాని పోదన్నట్లు ముష్టి వెధవాయిలకి - మరిగలిత్తే - మంచి బుద్ధులెట్టా వస్తయ్! తప్పుడు పనులు చేస్తారుగా - పొన్నుగర్రతో పుచ్చె బగిలేట్టు బాదేవాడు లేక. మరి గలిత్తే - ఆ భోగట్టా చెప్పు కృష్ణయ్యా!

(స్వరాజ్యలక్ష్మి వచ్చింది.

వాళ్ళ వెనుక చాపమీద మౌనంగా కూర్చుంది)

కృష్ణ : మా కంపినీ ఇటు, వాళ్ళు అటు, మధ్యలో కనుమ, వాళ్ళు అందులోంచే రావాలి. మేం కనుమ మీద గురిపెట్టి ఉన్నాం. చివరి బుల్లెట్ అయిపోయిందాకా కాలుస్తూనే ఉండాలని మాకు ఆర్డర్సు. మా శరీరాల్లో చివరి రక్తం బొట్టు సజీవంగా ఉన్నంత దాకా పోరాడాలని మా దృఢ సంకల్పం. అర్థరాత్రి అకస్మాత్తుగా కాల్పులు ప్రారంభించారు. చైనా వాళ్ళు. మేమూ రఢీ! అడుగు ముందుకు వేయనీయకుండా తెల్లవారిందాకా కాలుస్తూనే ఉన్నాం. ముందుకొచ్చాడా, చచ్చాడే. వేల మంది నేల కొరిగారు. ఆ కనుమ దగ్గర మా బెటాలియన్‌లో ముగ్గురు చనిపోయారు. చైనా సైన్యం అలలు అలలుగా వస్తూ వుంది. మాలో ఎక్కువ ప్రాణనష్టం జరిగేట్టుగా ఉంది. కమాండర్ రిట్రీట్ ఆర్డరు చేశాడు. వెనక్కు తగ్గుతున్నామంటే ఉద్ధృతంగా వచ్చి పడతారని, మా మేజర్ సింగ్, నేను లొంగిపోతున్నట్లు, తుపాకులు నేల మీద ఉంచి చేతులెత్తి నిలబడ్డాం. క్రమంగా వెనక్కు మా సైనికులు తప్పుకొన్నారు. వాళ్ళు ధర్మ యుద్ధమే చేసేవాళ్ళయితే మమ్మల్ని బంధించాలి. ఆయుధాలు లేని మా మీద కాల్పులు ప్రారంభించారు. మేజర్ సింగ్ భుజంలోంచి బుల్లెట్ దూసుకుపోయింది. అధర్య యుద్ధం అర్థమయింది. మేజర్‌సింగ్ నన్ను వెనక్కు పొమ్మని ఆజ్ఞాపించాడు.

బ్రహ్మ : పోనీలే బాబు! ఎలాగ్గో బ్రతికి వచ్చావు.

ఏకో : ఆ సింగుబాబు - నిన్ను బతికించాడు - మరిగలిత్తే ఆయన బతికాడా లేదో తొందరగా చెప్పుకృష్ణమూర్తి.

కృష్ణ : దుర్మార్గుల తుపాకి బుల్లెట్లకు వళ్ళంతా తూట్లుపడి జల్లెడలా అయినా రాతిగోడలా నిలబడి తన చివరి బుల్లెట్, చివరి రక్తపు బొట్టు దాకా ముష్కర చైనా సైనికుల్ని, మనసైన్యాన్ని రక్షించి - నేలకొరిగాడు.

ఏకో : వీరమరణం అయ్యో - ఘోరమరణం.

బ్రహ్మ : మన వీరుల త్యాగం వృధాకాదు

లక్ష్మి : (నిశ్శబ్దంగా ఉంది)

కృష్ణ : నేను కొండమీంచి జారి లోతులో పడ్డాను. స్పృహ వచ్చి చూస్తే మిలటరీ హాస్పటల్‌లో ఉన్నాను. (కుడి భుజం చూపుతూ) కట్టు గట్టారు.

బ్రహ్మ : మరా కట్టేమిటి - ఏమయింది?

కృష్ణ : (లేచి నిలబడి) ఈ భుజం (కుడిభుజం పైకి ఎత్తి) ఆ గాయం వల్ల వేగంగా కిందికి రాదు. వేగంగా పైకెత్తలేను.

బ్రహ్మ : అయ్యో ఎలామరి? అందుకే డిస్‌చార్జి చేశారా!

కృష్ణ : ఆఁ! మామూలు పనులకు ఇబ్బంది లేదు. మెషిన్‌గన్ కాల్చాలంటే కష్టం. వేగంగా ఏం చేయాలన్నా ఇబ్బందే!

లక్ష్మి : (లేచివచ్చి చేయి పట్టుకొని నిమురుతుంది)

కృష్ణ : (ఎడం చేత్తో లక్ష్మితలనిమురుతాడు) సైన్యంలో ఈ లోపంతో ఉండరాదు శౌర్య చక్రంతో, కేప్టన్ రేంక్‌తో, ఇరవై ఏళ్ళ మిలటరీ బంధం విడిపోయింది.

లక్ష్మి : ఈ చేయి దించలేవా బావయ్యా!

కృష్ణ : దించగల్ను నెమ్మదిగా.

లక్ష్మి : డాక్టర్లకు చూపిస్తే....

కృష్ణ : మిలటరీ డాక్టర్లే చెప్పారు, క్రమంగా తప్పకుండా ఎక్సర్ సైజులు చేస్తుంటే, కొంత కాలానికి బాగుకావచ్చునని. (మెల్లగా చేయి దించాడు)

లక్ష్మి : (చేతిమీద రాస్తూ ఉంటుంది)

బ్రహ్మ : భయం లేదుకదా!

కృష్ణ : ఏం భయంలేదు.

ఏకో : చేతిదేముంది, హృదయం ఆరోగ్యంగా ఉంటేచాలు.

బ్రహ్మ : కొడుకు దగ్గరుంటే నాకు సంతోషమే కాని, ఒక వీరుడు సైన్యంలో లేకపోయాడే అని దిగులుగా ఉంది.

(చలమయ్య వచ్చాడు)

చల : బ్రహ్మయ్యగారూ! చూశారా మీ శివం ఎంత పనిచేశాడో-

బ్రహ్మ : చెప్పందే ఎట్లా తెలుసుద్ది చలమయ్యా

కృష్ణ : ఏరా చలమాయ్ బాగున్నావా? మూడురోజులయింది. ఏడ మాయమయ్యావ్? రెండేళ్ళయింది! ఉత్తరాలకు బదులు వ్రాయవు ఏమయింది నీకు?

ఏకో : శ్రీమద్రమారమణ గోవిందో హారి - మరిగలిత్తే పానకంలో పుడకలా, ఊడిపడ్డారే, ఏం ముంచుకొచ్చింది మహానుభావా! ఊరకరారు మహాత్ములు.

లక్ష్మి : (లోపలికి వెళిపోయింది)

చల : కృష్ణా! నేను బాగానే ఉన్నాన్లేరా! మీ వాడితో చాలా తలనొప్పిగా ఉంది. (బ్రహ్మయ్యతో) మీ ముఖం చూసి వాణ్ణి వదిలేశాను. లేకపోతే అక్కడే పాతిపెట్టేవాణ్ణి.

కృష్ణ : అసలేం జరిగిందో చెప్పు. తమ్ముడితో ఏమైనా ఘర్షణా?

చల : పిల్ల సన్నాసి వాడితో నాకేం ఘర్షణ? పిల్ల కాక్కేం తెలుసు ఉండేలుదెబ్బ! ఏకోనారయణా నా తడాఖా ఏమిటో చెప్పు!

ఏకో : బాబ్బాబు! నన్ను మాత్రం ఆ రొంపిలోకి లాగొద్దు! - మరిగలిత్తే మీరు మీరు క్రిందా మీదా పడండి. కలో గంజో తాగి నా మానాన

పడుండే నన్నొదిలేయండి. 'చల్లా బొల్లా తాగి గల్లకింద పడుకొంటే తెల్లారేసరికి కొల్లబోయినన్ని కల్లు' అన్నట్లు తవ్వుకొంటే తగాదాలు పాతరే! కో అంటే కోటి. నాకెందుకు నాయినా ఈ రగళ్ళు. (వెళిపోయాడు)

చల : లొడితెడు లేడీ శివంగాడు! నాచేనే కలుపుకొంటాడా?

బ్రహ్మ : నీ చేనా?

చల : మరి బాడవ పొలంలో మీ చేను ప్రక్క నా చేనుండటం నా తప్పా?

బ్రహ్మ : కాదు.

చల : సర్వేరాయి తీసి నా స్థలంలో పాతి ఇదంతా నాదే నంటున్నాడు.

కృష్ణ : శివం సర్వేరాయి మార్చాడా?

చల : నేననటం ఎందుకు? మీరే చూడండి! రేపు కరణంతో కొలపిస్తే సరి. గుట్టు రట్టయిపోద్ది!

బ్రహ్మ : మా శివం అటువంటి దుండగాలు చేయడే!

చల : కాకిపిల్ల కాకికి ముద్దు! అయినా గురువిందగింజ నలుపు ఎవరికి తెలియదు?

(సదాశివం వచ్చాడు)

సదా : (వస్తూనే) చూశావా నాన్నా! చలమయ్య ఏం చేశాడో! (చలమయ్యను చూచి) వచ్చేవావన్నమాట ఏమయ్యా తలేమైనా తిరుగుతా వుందా?

చల : నీకా? నాకా?

సదా : వళ్ళు దగ్గరపెట్టుకొని మాట్లాడు.

కృష్ణ : శివం

సదా : నువ్వుండన్నయ్యా! ఏం చలమయ్యా తింటానికి లేదని యాచిస్తే అంతో ఇంతో ధర్మం చేసే వాళ్ళం గదా! సర్వేరాయి మారుస్తావా? మా పొలం నీ పొలంలో కలుపుకొంటావా? ఎందుకీ పాడుబుద్ధి!

చల : నేనా రాయి మార్చింది?

సదా : మరినేనా? లేకపోతే రాయికే ప్రాణం వచ్చి లేచి ఇవతలకు జరిగి, తనంతతాను నాటుకొందా?

చల : పుల్లడితో రాయి తవ్వించిదెవురు? నా చేలో పాతించిందెవురు? దాస్తే దాగుతుందా? పట్టాలు లేవా? కొలతలు లేవా?

సదా : ఉండకేం? ఉన్నాయి నువ్వు గదుంకొన్న స్థలం చూస్తూ ఊరకుంటానా? సర్వేరాయిని దానిచోట్లో దాన్ని నాటించానాలేదా? నీ కుయుక్తులు నాదగ్గర చెల్లవు!

చల : రేపు కరణం రాకపోతాడా?కొలవకపోతాడా?నలుగురూ థూ అని వూయకపోతారా?

సదా : కరణంతో కొలిపించే, రాయి మార్పించాను.

చల : నా పొలం కొలతలు నన్ను పిలవకుండా కొలిపించటానికి నువ్వెవడివి?

సదా : నా భూమి నేను కొలిపించుకొన్నాను. రమ్మనమని, నీకు పుల్లడితో కబురంపాను. రాను పొమ్మంటే నేనేం చేయాలి?

చల : నా పొలం కొలవటానికి నీకేం అధికారం ఉంది?

సదా : దొంగను తంతానికి వేరే అధికారం కావాలా? నువ్వెందుకు దొంగ దొంగగా రాయిమార్చావు?

చల : బాగుందే వరస! సర్వేరాయి మార్చింది నేనా, నువ్వా?

సదా : నువ్వే!

చల : నాకేమవసరం!

సదా : ఇదంతా కాదు నువ్వు రాయి జరిపావా లేదా? నిజం చెప్పు! అబద్ధం ఆడితే ప్రాణం తీస్తాను. ప్రాణాలతో బతకాలంటే నిజం చెప్పు ! (మీది మీదికి వస్తాడు)

బ్రహ్మ : శివం ! ఆగు ! అసలు ఏమయింది?

సదా : నిన్న ఉదయం, రాయి జరిపి, దున్నించేశాడు. అయిదు సెంట్లు మన పొలం గదుంకొన్నాడు. ఆ తప్పు సరిదిద్దాను.

బ్రహ్మ : ఏమంటావు చలమయ్యా?

చల : అంతా అబద్ధం. శివం రాయి జరపటం నిజం!

సదా : (పళ్ళు నూరుతూ) అబద్ధం ఆడితే చస్తావ్. మా నాన్నకు మాట ఇచ్చాను గానీ, లేకపోతే ఆ రాయిమీదే నీ తల పగలగొట్టేవాణ్ణి.

చల : నేనేం చేతులు ముడుచుక్కూర్చోలేదు.

బ్రహ్మ : ఆగండి. తొందర పడొద్దు! నిజానిజాలు తేలుస్తాను. (బయటకు వెళ్ళిపోయాడు)

కృష్ణ : (ఇద్దరితో) మీ బలమూ, తెలివీ ఇక్కడ కాదు, సైన్యంలో చూపండి. మీ బంధువే మీ పొలం గనిమ దాటాడని రోషపడుతున్నారే! మీ శత్రువు, మీ దేశంలో ప్రవేశించి, మీ భూభాగం ఆక్రమించి, మీ సోదర సైనికుల్ని కాల్చి, పౌరుల్ని హతమారుస్తుంటే, ఏమయ్యాయి మీ పౌరుషాలు? అయిదు సెంట్లు భూమికోసం మీరు ఆరాటపడుతున్నారే, కొన్ని వేల చదరపు మైళ్ళ భూమి పరాయివాడు దురాక్రమణ చేస్తే, మీరేం చేస్తున్నారు? మీరు మానాభిమానాలు లేకుండా సోదరుడితో గొడవ పడుతున్నారే, మీకు సిగ్గులేదూ! మీకు పౌరుషం ఉంటే, ధైర్య సాహసాలుంటే, శక్తి సామర్థ్యాలుంటే, కన్నతల్లి జన్మభూమి శృంఖలాలు తెంచండి. పరువు ప్రతిష్ఠ నిలపండి. నరహంతకుల్ని తరిమికొట్టండి, భారత భూమిని కాపాడండి. పరువు ప్రతిష్ఠ నిలపండి. నరహంతకుల్ని తరిమికొట్టండి. భారత భూమిని కాపాడండి. లేకపోతే నులకమంచం చాటున పసుపు ముద్దలతో ఆడవాళ్ళులా స్నానం చేయండి!

సదా : (బాధగా) అన్నయ్యా!

కృష్ణ : వీరుడవయితేనే నన్ను అన్నయ్యా అని పిలువు!

సదా : అన్నయ్యా!

కృష్ణ : తమ్ముడూ! (ఆప్యాయంగా కౌగిలించుకొన్నాడు)

సదా : నన్ను మిలటరీలో చేర్పించన్నయ్యా! దేశసేవచేసే భాగ్యం నాకు అనుగ్రహించు.

కృష్ణ : అలాగేరా తమ్ముడు. తప్పక సైన్యంలో చేరుదువుగాని. (పెద్దగా) లక్ష్మీ! పసుపు ముద్దా, నులకమంచం స్నానానికి ఏర్పాటు చేయి, నీ ఆడబిడ్డ స్నానం చేయటానికి వస్తూ వుంది. చలమాయ్ పోయి స్నానం చేయి.

చల : కృష్ణా! ఏం ఆటలా?

కృష్ణ : ఎందుకురా మగాడిలా గర్జిస్తావ్!

చల : గర్జించనా మరి? నేనేం గాజులు తొడుక్కోలేదు. నువ్వేంది నాకు చెప్పేది?

కృష్ణ : చలమాయ్, భారతీయుల ఆత్మగౌరవం పరాభవింప బడ్డప్పుడు, భారత భూభాగం దురాక్రమణకు గురైనప్పుడు, శక్తిమంతుడు చేతులు ముడుచుక్కూర్చుంటాడా? ప్రతీకారం చేయొద్దా?

చల : నన్ను తూలనాడిన మీకు ప్రతీకారం చేసి తీరతాను.
(సదాశివం గొడ్లసావిడిలోకి వెళతాడు)

కృష్ణ : చలమాయ్! చిన్ననాటి సాహసగాడివని, చొరవ తీసుకొన్నాను. ఏమీ అనుకోకు.

చల : కృష్ణమూర్తీ! నాకు తెలియక అడుగుతున్నాను. భారతదేశం మీద చైనా దురాక్రమణ చేసిందా? చైనామీద మనమే దురాక్రమణ చేశామా?

కృష్ణ : ఇది విడ్డూరంగా ఉందే! వాళ్ళే చొరబాటుదార్లు!

చల : ఏది నిజమో నమ్మేదెట్లా?

కృష్ణ : నీఫా బోర్డరు నుంచి వచ్చినవాణ్ణి. చేయి దెబ్బతిన్నవాణ్ణి. వాళ్ళ దురాక్రమణ ఎదుర్కొన్న వాణ్ణి. నేను చెబుతుంటే....

చల : డిస్‌చార్జి అయిన సైనికుల కోతలు ఎన్ని వినలేదు మేము!

కృష్ణ : నావి కోతలా చలమాయ్? రేడియోలు వినలేదా? పత్రికలు చదవలేదా?

చల : ప్రచార సాధనాలకేం? పాతిక చెబుతాయి, అవన్నీ నమ్ముతామా?

కృష్ణ : మేం ఆక్రమించుకొన్న భారత భూభాగం వదిలి వెనక్కు పోతున్నామని వాళ్ళు చేసిన ప్రకటనలు విన్నా వాళ్ళు దురాక్రమణ దారులని మీవంటి నిత్య శంకితులకు తెలిసి పోతుందే!

చల : అది వాళ్ళ మంచితనమేకావచ్చు. మనం ఆక్రమించుకొన్న వాళ్ళ భూభాగం వాళ్ళు ఆక్రమించుకొని, మనభూభాగం వదిలి వెళ్ళిపోయారు కదా!

కృష్ణ : వాళ్ళ భూమి మనం ఆక్రమించు కొన్నామా? మనది శాంతిదేశం. నువ్వు మాట్లాడింది, దేశద్రోహులు మాట్లాడేమాట. పంచశీల ధ్యేయంతో....

చల : పంచశీల మనకెంతో ముఖ్యమో, అంతకంటే ఎక్కువ ముఖ్యం చైనావాళ్ళకు. పంచశీల పుట్టిందే అక్కడ. మనం చేసిన తప్పుకు వాళ్ళు ప్రతీకారం చేశారు.

కృష్ణ : చలమాయ్ ! నువ్వు మన పొలాల మధ్య సర్వేరాయి జరిపితే, సదా శివం ప్రతీకారం చేసినట్లు. అంతేనా? యావత్ ప్రపంచం చైనా దురాక్రమణ చేసిందంటుంటే మనం దురాక్రమణ చేశామంటున్న నువ్వు దేశద్రోహివి.

చల : నేనడిగేదేంది? నువ్ చెప్పేదేంది?

కృష్ణ : మనం వాళ్ళ భూభాగం ఆక్రమించుకొంటే, చైనా సహిస్తుందా?

చల : సహించదు. అందుకే దండెత్తి వచ్చింది.

కృష్ణ : అదినిజంకాదు, సర్వేరాయి జరిగిందని, నాన్నకు ఫిర్యాదు చేయబోయారు కదా మీరిద్దరూ. మరి చైనా ఎవరికో ఫిర్యాదు చేసే ఉండాలికదా?

చల : బలవంతుడు ఫిర్యాదు చేయడు.

కృష్ణ : సదాశివంలాగా. సరిదిద్దివస్తాడు. యుద్ధాలు మృగలక్షణాలు. నాగరికులు యుద్ధంకోరరుకదా! తెలివి ఉంటే ఇంతమందిని చంపుకొంటుందా ఏ దేశమైనా? రాజ్య విస్తరణ కాంక్షతో నాశనం కోరి తెచ్చుకొంది చైనా. తెలిసో, తెలియకో పిచ్చిగా వాదించే నువ్వు తెలివి చూపాలి.

చల : నాకు తెలివి లేదంటావు?

కృష్ణ : వేరే చెప్పాలా? చలమాయ్, తల్లికి వంకలు పెట్టే తప్పులెన్నే మూర్ఖత్వం నీకెలా వచ్చిందిరా! తల్లి పాలు తాగి గుండెలమీద తన్నే బుద్ధి హీనులు నీలాంటివాళ్ళే.

చల : నేను బుద్ధిహీనుణ్ణా?

కృష్ణ : దేశద్రోహివి. మరణదండన పడి ఉండాలి. అదృష్టం, బతికి పోయావు. సోదరుణ్ణి శత్రువుగానూ శత్రువును మిత్రుడుగానూ భావించే నువ్వు పశువుకన్నా హీనం.

చల : నన్ను రెచ్చగొట్టొద్దు!

కృష్ణ : మాతృభూమిని పరాయివాడు పరాభవిస్తుంటే – అదే ధర్మ మనుకొనే పరికిపందలు రెచ్చిపోవటమా?

చల : మరోమాట మాట్లాడితే మర్యాద దక్కదు.

కృష్ణ : మహాత్ముల త్యాగఫలం మన ఈ స్వాతంత్ర్యం, దాన్ని దుర్మార్గ జాతికి సమర్పించి, బానిసలుగా బ్రతకాలనుకొనే అధములు–

చల : ఏమన్నావ్? (కోపంలేచి మీదికి పోయాడు)

కృష్ణ : (లెక్కపెట్టకుండా) జాతిని బలహీనపరచి, అన్నదమ్ముల్ని విడదీసి, శత్రువు కాళ్ళు కడిగి, వాడి మోచేతినీళ్ళు తాగే హీనుడితో

చల : (పళ్ళు నూరుతూ, పిడికిలి బిగించి ) కృష్ణా!

కృష్ణ : చలమాయ్. ఆగు!

(స్వరాజ్యలక్ష్మి ప్రవేశించింది)

లక్ష్మి : మూర్ఖుడితో మీకేం మాటలు?

చల : మూర్ఖుణ్ణా? (కోపంగా)

కృష్ణ : పరువూ ప్రతిష్ఠలేని నీకు పౌరుషం ఎందుకు చలవాయ్!

చల : ఏమిర్రా వాగుతున్నావ్ (చెళ్న చెంపమీద కొట్టాడు)

లక్ష్మి : రేయ్! (కోపంగా ముందుకు వస్తుంది)

కృష్ణ : ఒక పిరికిపంద కోపానికి ప్రతీకారం చేసే సామాన్యుణ్ణా లక్ష్మీ!

చల : పిరికిపందనా? (మళ్ళీ చెంపమీద కొట్టాడు)

లక్ష్మి : బావయ్యా! వాణి వదలొద్దు! చంపెయ్!

కృష్ణ : చలమాయ్, హింసను హింసతో జయించటం నా లక్షణంకాదు. నేను నిన్ను క్షమిస్తున్నానురా!

చల : నువ్వ్రా నన్ను క్షమించేది (మళ్ళీ చేయి ఎత్తాడు)

కృష్ణ : (ఎడం చేత్తో చలమయ్య కుడిచేయి పట్టుకొని)

ఇంక క్షమించను. (కుడిచేయి పైకి ఎత్తాడు – అంతే కొట్టలేకపోయాడు. చేయి కిందికి రాలేదు). అమ్మా! (నిట్టూర్పు విడిచాడు) నువ్వు ఏ దేశాన్ని నిందించావో, ఆ దేశమే నిన్నప్పుడు రక్షించింది (ఎడం చేత్తో నెట్టగా చలమయ్య మంచం కోడుకు కొట్టుకొన్నాడు) చైనా యుద్ధంలో నా కుడిచేయి దెబ్బతిందని నీకు తెలియదు కదా!

లక్ష్మి : (కృష్ణమూర్తి కుడిచేయి పట్టుకొంటుంది)

చల : (నేలమీంచి, మంచంమీంచి లేస్తూ ఉంటాడు)

(సదాశివం గోడ్డసావిడిలోంచి వచ్చాడు)

కృష్ణ : చలమాయ్, నేను నిన్ను కొట్టానా? నువ్వు నన్ను కొట్టావా? మనప్రచారం వేరు వేరుగా ఉంటుంది కదా! అయితే సత్యమేమిటి? మిలటరీ వాణ్ణి కదా! నీవే కొట్టి ఉంటావని జనం నమ్ముతారు. వాస్తవంగా నువ్వే నన్ను కొట్టావు!

చల : నువ్వే నీతల పగలగొట్టావు.

సదా : అన్నయ్యా! వీడు నిన్ను కొట్టాడా? ఏరా? (మీదపడి చలమయ్య చొక్కాపట్టుకొని కొట్టుబోతుంటే)

లక్ష్మి : బావా! మామయ్య కిచ్చినమాట!

సదా : (ఆగిపోయాడు) అన్నయ్యను కొట్టిన వాణ్ణి వదలటమా? వదినా! నాకెందుకు సంకెళ్ళు వేస్తున్నారు? (చలమయ్యను విసురుగా తోచాడు)

చల : (నేలమీద దబ్బున పడి) మీ అన్నే నా తల పగలగొట్టాడు. చూడు!

సదా : అన్నయ్యా! వీణ్ణి చిత్రవధ చెయ్యాలా వద్దా?

కృష్ణ : తమ్ముడూ! ఇటురా! (తల నిమురుతూ) వాడూ నేనూ బాల్యమిత్రులం. మాలో లక్ష ఉంటాయి. నువ్వు పట్టించుకో కూడదు.

సదా : చూస్తూ చూస్తూ ఎట్టా సహించేది నేను దీన్ని?

చల : కృష్ణమూర్తీ, ఒంటరివాణ్ణి చేసి, ఇంటికి పిలిచి నన్ను చావగొట్టాడని అందరికీ చెబుతాను.

కృష్ణ : చూశావుకదరా చలమాయ్! అన్నను కొట్టావని తమ్ముడెంతగా గగ్గోలెత్తిపోతున్నాడో! నీ సోదరులు, చైనా వాళ్ళ చేతుల్లో కుమిలి పోతున్నారు. వాళ్ళను విడిపించేది నీ ధర్మం కాదా?

చలవాయ్! ఇది గాంధీ ప్రేమయుగం. ఇక్కడ సోదరులమధ్య క్రోధం ఉండదు. నువ్వూ, నేనూ, మనం, దేశమాత గౌరవం నిలిపి తలెత్తుకు తిరగాలా! తలదించుకు బ్రతకాలా?

చల : నన్ను రెచ్చగొట్టి, నాలో అమానుషత్వం మేల్కొల్పి, దాని తాకిడి రుచి చూశావు. చాలా?

నన్ను క్రూరుడిగా భావించి, ద్వేషించి, నలుగురూ ద్వేషించేట్లు చేసి, నన్ను చిత్రహింసలకు గురి చేశారు మీరు, కాదనగలరా?

నాకూ హృదయం ఉందని, దానికీ కోర్కెలు ఉంటాయని, మీరు గుర్తించలేరు.

నన్ను పరాభవించి దహించిన మీరు, ఆ మంటలకు మాడి మసి కాకతప్పదు.

ఇంతటితో ఆగుతుందా?

అడవిలో హాయిగా, ఏ అపకారం చేయకుండా తిరిగే నాకుబాము తోక తొక్కింది మీరు. పగబట్టిన ఈ నాగుబాము మిమ్మల్ని కాటేయక మానదు. (వెళిపోయాడు)

– తెర –

# జైహింద్

## మూడవ రంగం

జైహింద్! జైహింద్! జైహింద్!
యుగయుగాల తరతరాల
ప్రగతి మహా పథం చూపు
జైహింద్ ! జైహింద్! జైహింద్!

మహిమాలయ హిమాలయం
మధురామృత జల తేజం
ప్రాక్పశ్చిమ భూమాతకు
పంచిపెట్టు నవ విజయం ‖జైహింద్‖

రాష్ట్రాంతర సమభావం
భాషాంతర సమన్వయం
పండించే యుగ భారతి
పలికించును మహోదయం ‖జైహింద్‖

యువవీరులు నవతేజులు
భారతీయ మహాజనులు
చైనీయుల దండించును
శాశ్వత శాంతిని నిలుపును ‖జైహింద్‖

(అదే ఇంటి వసారా!

బ్రహ్మయ్యది మునుపటి రూపమే!

కృష్ణమూర్తి పంచె, లాల్చీ కండువా. అచ్చమైన రైతుబిడ్డ ఆకారం.

సదాశివం పేంట్‌లో షర్టు టక్ చేసి ఉంటాడు.

తెరలేచేసరికి బ్రహ్మయ్య రేడియోదగ్గర నిలబడి వింటూ ఉంటాడు).

కృష్ణ : (గొడ్డ సావిట్లోంచి వసారాలోకి వచ్చి) ప్రార్థన పూర్తయిందా నాన్నా!

బ్రహ్మ : ఆఁ ఇప్పుడే! రా! కృష్ణా!

కృష్ణ : మీ ప్రార్థనా గీతాలు కొత్తగా వినిపిస్తాయి. ఏరోజుకారోజు. అన్నీ రాసి పెడుతున్నారా నాన్నా!

బ్రహ్మ : లేదు నాన్నా! అలవోకగా అలా ఆలపిస్తాను అంతే!

(ఏకోనారాయణ వచ్చాడు)

ఏకో : కృష్ణ! ఉన్నావుకదా! ఉత్తరం వచ్చింది.

బ్రహ్మ : ఉత్తరమా?

కృష్ణ : ఎక్కణ్ణుంచి - ఏదీ చదువు!

ఏకో : (కవరు చించి కాగితం చూసి) కృష్ణా! నువ్వే చదువు! (గొంతు వణుకుతుంది)

కృష్ణ : ఏమిటది? ఎవరు వ్రాశారూ (తీసుకొని చూసి కంగారుపడి, వెంటనే సర్దుకొని) నాన్నా! నువ్వే చూడీ ఉత్తరం!

బ్రహ్మ : ఏమి ఉందా ఉత్తరంలో (తీసుకొని చూసి) ఎవర్రాశారురా ఊరూ పేరూ లేదు. ఇదేమిటి ఇలా రాశారూ?

(సదాశివం వెలుపలి నుంచి వచ్చాడు)

సదా : ఏమిటినాన్నా అది!

బ్రహ్మ : నువ్వు చూడు!

సదా : (తీసుకొని చదివాడు. కళ్ళలో నీళ్ళు తిరిగాయి)
(పెద్దగా) నాన్నా! (ఇంకా పెద్దగా) అన్నయ్యా!

కృష్ణ : (కవరు తీసుకొని చూసి) ఇదీ వూళ్ళోనే పోష్టు చేశారు

బ్రహ్మ : నిజమా?

సదా : అయితే అది వాడిపనే! ఎంతపొగరు వీడికి. ఆకాశరామన్న ఉత్తరం వ్రాస్తావురా! ఒరే చలమయ్యా! ఇవాళ్టితో నీ పనిసరి! నాన్నా ! నీకిచ్చిన వాగ్దానం మీరక తప్పదు నాకు! క్షమించు నాన్నా!

బ్రహ్మ : (గర్జించాడు) శివం!

కృష్ణ : తమ్ముడూ! ఆగు!

సదా : నేనెవరి మాటా వినను (దూకుడుగా వెళిపోయాడు)

ఏకో : ఉండు సదాశివం. (భయంగా) ఏంకొంప ముంచుతాడో ఏమిటో (బయటకు పరుగెత్తుకెళ్లాడు)

బ్రహ్మ : వీడేం ఉపద్రవం తెచ్చిపెడతాడో - సర్దలేక చస్తున్నాను. నువ్వూ వెళ్ళి రాకూడదూ!

కృష్ణ : అక్కరలేదు నాన్నా! ఏకోనారాయణ తమ్ముణ్ణి సర్దిచెప్పి తీసుకు రాగలడు. ఏ గొడవా జరగదు. అసలు చలమయ్య ఇప్పుడెవరికీ దొరకడు. పారిపోయి ఉంటాడు.

బ్రహ్మ : లక్ష్మిని పిలిచి విషయం చెబుతాను.

కృష్ణ : వద్దునాన్నా! ఆ పసిహృదయాన్ని బాధపెట్టటం అనవసరం కాదా!

బ్రహ్మ : కృష్ణా! నీ తమ్ముడు లక్ష్మణుడి లాంటివాడు. అన్నకు ద్రోహం కలలో కూడా తలపెట్టలేదు. అన్యాయం సహించలేని ఆవేశమే కాని, ద్రోహం చేసే స్వభావం కాదు శివంది. పుటం పెట్టిన బంగారం. మోసకారి కాడు.

కృష్ణ : నాన్నా! నాకామాత్రం తెలియదా? తమ్ముడు స్వచ్ఛస్ఫటికం. మచ్చలేని చంద్రుడు. శివం దేవుడిచ్చిన తమ్ముడు. కల్లా కపటం లేని బంగారం, చలమయ్య దుష్టబుద్ధి బైట పెట్టుకొన్నాడు.

బ్రహ్మ : లక్ష్మి మనస్సు నాకు తెలుసు. ఆమెకు ద్రోహబుద్ధి ఆవంత కూడా లేదు నాన్నా! మూర్తీభవించిన సౌశీల్యాన్ని శంకించి, అయోగ్యుణ్ణి కాలేను.

(ఏకోనారాయణ సదాశివంతో వచ్చాడు)

సదా : (విచారంతో తలదించుకొని కూర్చున్నాడు)

ఏకో : శివం అటు పోగానే నేనిటు పరిగెత్తాను కదా, దొరకడే! రెండు కుక్కలు – వీటి తాడు తెంచిరి, భౌంయ్, భౌంయ్‌మంటా ఎంటబడ్డయ్యా! నాకు ఠారెత్తి చూద్దునుకదా చలమయ్య ఇంటి తలుపు చెడబాదుతున్నాడు శివం. నేనిట్టా బోయి అట్టా పట్టుకోబోయానా ఇట్టా ఉరిమి చూసేడా, మరి గలిత్తే – ఇదుగిట్టా వాటేసుకొన్నానా, అదుగట్టా ఏలాడి, కోడిపుంజుకు మల్లే తన్నుకులాడి – మరిగలిత్తే ఎగిరి పడ్డాడా, దాత్తేరి రావలసిందే నంటే, దూత్తేరి పొమ్మంటే – ఇసిరి భుజానేసుకొని వత్తంటే, మరి గలిత్తే ఏవయిందేవయిందని, అందరూ కిందామీదా బడి అడిగేవోళ్ళే! పిల్లకాయలు, సర్కసు సర్కసు అనేవాళ్ళు, కుస్తీ పందేలు అనేవోళ్ళు, మూగినారు సూడూ! నన్నొదులని శివం గోల చెడుతుంటే, ఇంటికొత్తేనే వదిలేది అన్నానా, వత్తాలే అన్నాడుగా, వదిలేశా, వచ్చేశాం.

బ్రహ్మ : శివం! నీకు పెద్దలమాట లెక్కలేకుండా పోయింది. తండ్రినీ అన్ననూ కాదని లగెత్తేవే ఇది లాకీ అయిందేనా?

సదా : ఆఁ! కోపం ఆపుకోలేకపోయా!

బ్రహ్మ : అర్థంలేని ఆదేశం మనిషిని అణగదొక్కుతుంది. ఆనకట్టలేని ప్రవాహం అనర్థాలు తెస్తుంది. వివేకం ఉండాలి. లేకపోతే, చెబితే వినాలి. మాటవినకుండా పోయినవాడివి మళ్ళీ ఎందుకు వచ్చావు?

సదా : ఆc! మహా! వింటానులే!

బ్రహ్మ : అన్నను క్షమించమని అడుగు!

కృష్ణ : తమ్ముడేం తప్పూ చేయలేదు. క్షమించటం ఏమిటి?

సదా : ఆ ఉత్తరం చదివితే కోపంవచ్చి, పట్టరాని ఉద్రేకంతో, మీ మాట వినకుండా వెళ్ళాను. మిమ్మల్ని కాదనాలని కాదు. నాన్నకు కోపం వచ్చింది అన్నయ్య! నేనే పాపం ఎరగను! ఆ ఉత్తరం అబద్ధం. అది చలమయ్య మోసం. మా వదిన నాకు అమ్మే! కన్నకొడుకు అమ్మను మరుగుతాడా? మాట వినలేదని మళ్ళీ ఇంటికి ఎందుకొచ్చావన్నాడు నాన్నా! నేనెక్కడికి పోతాను. నువ్వూ నా మాట వినవా అన్నయ్యా!

కృష్ణ : (కళ్ళు తుడుచుకొన్నాడు)

సదా : నాన్నని బాధపెట్టాను. నిన్ను ఏడిపించాను. ఎందుకు నా జన్మ. ఏడోపడి చస్తాను.

కృష్ణ : (సదాశివం తలనిమురుతూ) నావి ఆనందబాష్పాలు తమ్ముడూ! నీ మనస్సు నాకే తెలియదా? నీకే చింతావదు! నేను మూర్ఖుణ్ణి కాను శివం!

సదా : అన్నయ్యా దేవుడిమీద ఒట్టు! పవిత్రభారత జాతీయ పతాకం మీద ఒట్టు. నాకీ పాపం తెలియదు. మీ పాదాలు సాక్షిగా చెబుతున్నాను.

కృష్ణ : ఆ ఉత్తరం నేను నమ్మలేదు శివం. అది చలమయ్యా దుష్ట బుద్ధితో వేసిన అభాండం. నువ్వు బాధపడకు!

సదా : నన్ను మన్నించండి!

బ్రహ్మ : శివం, అంతా మర్చిపో!

సదా : (తండ్రిపాదాల దగ్గర కూర్చుంటాడు)

బ్రహ్మ : పిచ్చి నాన్నా! ఊరుకో! (కళ్ళు తుడిచాడు)

కృష్ణ : చైనా యుద్ధంలో నేను చనిపోయి ఉంటే...

సదా : అన్నయ్యా! ఆ మాట అనొద్దు.

బ్రహ్మ : అపశకునం వద్దు కృష్ణా!

కృష్ణ : మాట వరసకు చెబుతున్నాను. చలమయ్యతో చెప్పు నారాయణా! నా తమ్ముడు అసలు సిసలు రైతు స్వరాజ్యలక్ష్మిని పెళ్ళాడి ఉండేవాడు.

సదా : అన్నయ్య వదిన అమ్మ. అంతమాట అనొద్దు.

కృష్ణ : వదినె అనుకొంటేనే అమ్మ అయింది. వదినె కాకపోతే మరదలేకదా! వరసేకదా!

సదా : కావచ్చు కానీ –

కృష్ణ : స్వరాజ్య లక్ష్మిని, పోషించే రైతు బిడ్డకాని, కాపాడే సైనికుడు కానీ భర్త కావాలి. తమ్ముడు రైతు, పోషింపగలడు, లేదా, నేను సైనికుణ్ణి, కాపాడగలను. తమ్ముడు సైనికుడు కావాలని ఉత్సాహపడుతున్నాడు, నేను రైతునయ్యాను. తమ్ముడూ నేనూ కాపాడే వీరులం, పోషించే రైతులం. మేము ఎవరయినా పోషించగలం, రక్షింపగలం స్వరాజ్య లక్ష్మిని. పిరికి పందల పాలనలో స్వరాజ్య లక్ష్మి ఉండదని, ఆ బెదురు గొడ్డుతో చెప్పు.

(స్వరాజ్య లక్ష్మి వచ్చింది)

లక్ష్మి : నా మాట వచ్చిందా? ఏమిటి సంగతి మామయ్యా!

బ్రహ్మ : ఏమీ లేదమ్మా!

కృష్ణ : లక్ష్మీ! ఇట్టారా!

లక్ష్మి : (దగ్గరకు వెళుతుంది)

కృష్ణ : కూర్చో!

లక్ష్మి : (కూర్చుంటుంది)

(బ్రహ్మయ్య శివం బయటికి వెళుతుంటే

ఏకోనారాయణ అనుసరించాడు)

లక్ష్మి : ఏం జరిగింది?

కృష్ణ : ఏమీ జరగలేదు.

లక్ష్మి : మీరేదో దాస్తున్నారా?

కృష్ణ : ఏమీలేదు లక్ష్మీ - రామాయణం వినాలని ఉంది -

లక్ష్మి : చదవనా?

కృష్ణ : ఊఁ!

లక్ష్మి : చదువుతాను - ఏ ఘట్టం?

కృష్ణ : సీతాకళ్యాణం

లక్ష్మి : (లేచి, టేబుల్‌మీద పుస్తకం తెస్తుంది)

కృష్ణ : చలమయ్య ఇటే వస్తున్నట్లున్నాడు. ఏమయినా అడిగితే, ఇంట్లో ఎవరూ లేరు, వెళిపొమ్మని చెప్పు!

లక్ష్మి : వద్దు బావా ! అతనిక్కడికి రావద్దు!

కృష్ణ : లక్ష్మీ! దయచేసి చెప్పినట్లు విను.

లక్ష్మి : అతను - అతను - వద్దు - రావణాసురుడు

కృష్ణ : నా మాట విను (లోనికి పోయాడు)

(చలమయ్య వచ్చాడు)

చల : ఏరీ వీళ్ళు? ఎవరూ లేరా లక్ష్మి!

లక్ష్మి : లేరు. నన్నాలా-

చల : పిలవొద్దన్నావు! మమకారం చంపుకొని మనిషిగా బ్రతకలేను. ప్రేమభిక్ష యాచిస్తున్నాను. ప్రేమించటం తప్పుకాదు లక్ష్మీ! ప్రేమను తిరస్కరించటం తప్పు!

లక్ష్మి : ఏమిటి నీ పేలాపన.

చల : నా గుండె సవ్వడి నీకు పేలాపనగా ఉందా?

లక్ష్మి : కాక! ఎందుకొచ్చావిక్కడికి?

చల : ఒంటరిగా ఉంటావని వచ్చాను. ఎందుకు రాకూడదు? ప్రేమించే మనిషిని ఆపే శక్తి ఇంకా పుట్టలేదు. సృష్టి స్థితి లయల మహాశక్తి నన్నిక్కడకు లాక్కువచ్చింది.

లక్ష్మి : అదే నిన్ను నాశనం చేస్తుంది.

చల : అయినాసరే! నాకు మాత్రం నువ్వు కావాలి. నన్నెవరూ అడ్డుకోలేరు.

లక్ష్మి : ఛీ! నీకు తెలివిరాదు!

చల : రాకేం! వచ్చేసింది. నువ్వు శీలవతివి కాకపోతే ఎప్పుడో ఎత్తుకు పోయేవాణ్ణి సీతలాగా

లక్ష్మి : రావణుళ్ళా అంతరించి పోతావు. నా బావలు రామలక్ష్మణులు!

చల : ఇంతకాలం మంచిగా చెప్పిచూశాను.

లక్ష్మి : ఛీ! నీకు మంచి కూడానా?

చల : చెడ్డ కూడా చేతనవును. ఇంకా ఉత్తరం అందలేదన్నమాట. లొంగావా సరేసరి, లేదో సర్వనాశనం చేస్తాను.

లక్ష్మి : ఏం ఉత్తరం?

చల : నీపెళ్ళి చెడగొట్టే ఉత్తరం. నిన్ను నేను పెళ్ళాడే ఉత్తరం.

లక్ష్మి : థూ ! నీతో పెళ్ళా!

చల : నిన్ను బలాత్కరించను. నువ్వే వచ్చి నా వళ్ళో వాలాలి. ఇష్టపడ్డావా, ఏలుకొంటాను. కష్టపెట్టావా, నాశనం చేస్తాను.

లక్ష్మి : నీ చాతగాదు!

చల : నేను మూడంకెలు లెక్కబెడతాను. అవునో, కాదో తేల్చుకో! మేలో కీడో తేలిపోద్ది! ఒకటీ - రెండూ - మూడూ. చెప్పు!

లక్ష్మి : బావా!

(కృష్ణమూర్తి ప్రవేశించాడు)

కృష్ణ : అయిందా చలమాయ్. నీ ఉత్తరం అందింది, చూస్తావా?

చల : అందిందా? నువ్విక్కడే ఉన్నావా? అంతా రెఢీ. మీ అంతు తేలుస్తాను.

(చలమయ్య పక్కకి తప్పుకొని బయటవెళ్ళాడు)

లక్ష్మి : ఏమిటండీ ఇందతా!

కృష్ణ : చలమయ్య నిజస్వరూపం!

(సదాశివం వచ్చాడు )

సదా : అన్నయ్యా చలమయ్యను ఇంటికి వచ్చాడా?

కృష్ణ : వచ్చాడా? చూళ్ళేదే! చలమాయ్‌ని కొట్టిందాకా నీకు నిద్ర పట్టదా?

సదా : లేదన్నయ్యా, అతన్ని నేను కొట్టను. ప్రాణం పోయినా సరే! నాన్నకిచ్చిన దాటను .

కృష్ణ : నువ్వు శాంతిస్తున్నావా తమ్ముడూ!

సదా : ఆర్మీ రిక్రూటుమెంటు, గుంటూరులో, జరుగుతా ఉంది. పోయి వస్తాను నన్నాశీర్వదించు అన్నయ్యా!

కృష్ణ : నాన్నకు చెప్పావా!?

సదా : నాన్నే నాకు చెప్పాడు, వెళ్ళిరమ్మని.

కృష్ణ : మరిప్పుడు చలమయ్యతో ఏం పని?

సదా : తనూ మిలటరీలో చేరతాడేమో, చెబుదామని.

కృష్ణ : ఉత్తరం వ్రాసింది చలమయ్యే శివం. తనే చెప్పాడు

సదా : నాకు తెలుసు, పోనీలే ఎవడి పాపాన వాడు పోతాడు.

లక్ష్మి : చలమయ్య ఉత్తరం అందిందా?

కృష్ణ : అందింది.

లక్ష్మి : ఏం వ్రాశాడు?

కృష్ణ : ఏవో పిచ్చికూతలు అవకతవక రాతలు - సరే! చలమయ్య వస్తే ఇద్దరూ ఆర్మీ రిక్రూట్‌మెంటుకు పోయిన వద్దురుగాని.

సదా : అన్నయ్యా మంటలు. ఊరబావి వీధి మొగదల!

కృష్ణ : పెద్ద మంటలే! మిద్దెలే కాలుతున్నట్లు - ఎవరిళ్లో!

లక్ష్మి : అది మాయిల్లే - మాయిల్లే - చలమయ్య - చలమయ్యే నిప్పు బెట్టాడు మాయిల్లే! మాగొడ్ల సావిడే - అయ్యో ఆవులు - (స్పృహతప్పి పడిపోయింది)

సదా : వదినా!

కృష్ణ : లక్ష్మి!

సదా : వదినకు స్పృహతప్పింది.

కృష్ణ : లక్ష్మీ! లక్ష్మీ!

సదా : (నీళ్ళు తెచ్చి ముఖం మీద చల్లాడు)

కృష్ణ : నువ్వెళ్ళు, మంటలార్పు. ఆవేశపడొద్దు! చలమయ్యను ఏమీ చేయ్యొద్దు! ఏమీ అనొద్దు!

(సదాశివం వెళ్ళిపోయాడు)

లక్ష్మీ! లక్ష్మీ! (పిలుస్తూ కదుపుతూ ఉంటాడు)

(ఏకోనారాయణ ప్రవేశించాడు)

ఏకో : బ్రహ్మయ్యగారూ, కృష్ణా! శివా! మన లక్ష్మి యిల్లు కాలుతూ ఉంది. గొడ్ల సావిడికి పెట్టిన నిప్పు మిద్దెకు అంటుకొంది. జనం మూగారు. ఊరబావి నీళ్ళు తోడిపోస్తున్నారు. మంట లారటం లేదు.

| | | |
|---|---|---|
| కృష్ణ | : | నాన్న ఇంట్లో లేరు. శివం ఇప్పుడే వెళ్ళాడు. లక్ష్మి ఇలా ఉంది. నారాయణా, నువ్వెళ్ళు, తమ్ముడు భద్రం. ఇంత కంటే పెద్ద ప్రమాదం జరక్కుండా చూడు. నేనూ వస్తాను. |
| ఏకో | : | వీడికేదో మూడింది. ఊరు ఊరుకొంటుందా? (వెళ్ళిపోయాడు) |
| కృష్ణ | : | (లక్ష్మి ముఖం మీద నీళ్ళు చల్లాడు) |
| లక్ష్మి | : | (కొంచెం కదిలింది) |
| కృష్ణ | : | లక్ష్మీ! లక్ష్మీ! |
| లక్ష్మి | : | (కళ్ళు తెరిచింది) |
| కృష్ణ | : | లక్ష్మీ! |
| లక్ష్మి | : | బావయ్యా! (ఏడుస్తుంది) మనయిల్లు! పూర్తిగా కాలిపోయిందా? |
| కృష్ణ | : | లేదు, ఆర్పుతున్నారు. |
| లక్ష్మి | : | సావిట్లో లేగదూడలు, కట్టుగొయ్యకు ముసలి ఆవులు, బండెద్లు- |
| కృష్ణ | : | భయంలేదు లక్ష్మీ: తమ్ముడు వెళ్ళాడు. |
| | | (సదాశివం వచ్చాడు) |
| సదా | : | ఫైరింజను వచ్చింది. మిద్దె మంటలు ఆర్పుతున్నారు. |
| లక్ష్మి | : | సావిడి! |
| సదా | : | కాలిపోయింది. |
| లక్ష్మి | : | పశువులు? |
| సదా | : | కనిపించటం లేదు. |
| లక్ష్మి | : | చచ్చిపోయాయా? |
| సదా | : | విప్పేసి ఉంటారు. |

లక్ష్మి : దేవుడా! నోరులేని జీవాలు, ఏమయ్యాయో! ఆవులు! దేవుడా! ఏమయ్యాయి? (పోబోతుంది)

కృష్ణ : లక్ష్మీ! పోవొద్దు! ఆగు! పోయి నువ్వేం జేయగలవ్?

(చలమయ్య చేతులు కట్టి లాక్కువచ్చాడు సదాశివం)

సదా : ఇది చలమయ్య నిర్వాకమే! పుల్లణ్ణి పురికొల్పి, తాగిచ్చి, కిరసనాయి లిచ్చి, నిప్పు పెట్టించాడంట.

ఊరబావి నీళ్ళు తోడుకొంటున్న మాలమాదిగలు చూశారంట. చలమయ్యను పట్టుకొని కాళ్ళు చేతులూ కట్టి మంటల్లో పడేయ బోతుంటే–

కృష్ణ : ఆఁ! పడేయబోతుంటే–

సదా : ఆపి, ఆడుంచితే చంపుతారని, ఈడకి లాక్కొచ్చా!

కృష్ణ : చలమయ్యను రక్షించావా? (చేతికట్లు విప్పాడు)

సదా : అవునన్నయ్యా!

కృష్ణ : ప్రాణభిక్ష పెట్టావా?

సదా : ఆఁ!

లక్ష్మి : బావా!

సదా : ఏం వదినా!

లక్ష్మి : శిక్షించవలసిన మనిషిని రక్షించావా?

సదా : అవునొదినా!

లక్ష్మి : మన యిల్లు తగలబెట్టిన వాణ్ణి! చలమయ్యను కాపాడావా?

సదా : ఆఁ!

లక్ష్మి : ఎంత ఉన్నతుడివయ్యావయ్య! మనదేశమాత నిన్ను ఆశీర్వదిస్తుంది. ఇంత దుఃఖంలో కూడా నాకు ఆనందంగా ఉంది.

సదా : వదినమ్మా! అమ్మా! తల్లి లేని నాకు నువ్వే తల్లివమ్మా!

లక్ష్మి : నిన్ను గన్నతల్లి ధన్యురాలు. నీలాంటి కొడుకున్న తల్లే తల్లి!

(బ్రహ్మయ్య ప్రవేశం)

సదా : చూశావా నాన్నా! మీకిచ్చిన మాట మీరలేదు. చంపి పాతేయవలసిన మనిషిని కాపాడి తీసుకువచ్చాను. చెయ్యెత్తి కొట్టలేదు. తిట్టలేదు. చేతకాని వాడిలా రక్షించాను. నేనక్కడ లేకుండా పోయిఉంటే, ఇక్కడ చలమయ్య జీవించి ఉండేవాడు కాదు. నాన్నా, నేను మంచే చేశానో, చెడే చేశానో తెలియదు. నేను ఆలోచించలేను. కోపమెక్కువ. కానీ నాన్నా చలమయ్య బదులు నా కోపాన్ని చంపేశాను. మీరు సంతోషిస్తారనే చంపేశాను. చలమయ్యను చంపనీయలేదు. నన్ను తిట్టొద్దు నాన్నా! చలమయ్యా ఏం చేశాడో చలమయ్యకు తెలియదు. నేనేం చేశానో నాకు తెలియదు. చెప్పు నాన్నా! నేను చేసింది మంచా? చెడా?

బ్రహ్మ : శివం! (దగ్గరకు తీసుకొని) మంచిపని చేశావు నాయనా! చాలా గొప్పపని చేశావు. చంపదగిన పగోణ్ణి చావునుంచి కాపాడావు. నీ మంచితనం మానవత్వాన్ని వెలిగిస్తుంది. ఇంత మంచిమనిషి నా కొడుకయినందుకు పొంగిపోతున్నాను శివం!

సదా : నాన్నా! నాకీ ఆనందం చాలు నాన్నా! అన్నయ్యా నన్ను క్షమించవూ!

కృష్ణ : నేనా? నిన్నా? దేవుళ్ళే గర్వపడే క్షమాగుణం నీది. నిన్ను క్షమించాలంటే మాకు దైవత్వం కావాలి! మేమా! సామాన్య మానవులం. నువ్వా? మహోన్నతుడివి!

చల : బ్రహ్మయ్యగారూ! లక్ష్మి అంటే నాకు పిచ్చిప్రేమ. ఆమె తిరస్కారంతో నా తిక్కను రెచ్చగొట్టింది. చేయరాని ఆరాచకాలు చేశాను. వితండంగా వాదించాను.

బ్రహ్మ : పోనీలే చలమయ్య నిన్ను భగవంతుడు కాపాడాడు.

చల : భగవంతుడు కాదు, సదాశివం కాపాడాడు. మీరు తీసుకొన్న వాగ్దానం నన్ను కాపాడుతూ వచ్చింది. నేను మరింత రెచ్చిపోయాను. మీకు చాలా నష్టం కలిగించాను. ఈ నష్టం ఎలా తీర్చాలి?

అమ్మా నాన్నా లేని నన్ను ఆదరించారు. ఆస్తిపాస్తులు కాపాడారు చదువుసంధ్యలు చెప్పించాడు. మీరు నన్ను మనిషిని చేశారు. నాకు నేను పశువునయ్యాను.

డబ్బు పొగరు నన్ను గుడ్డివాణ్ణి చేసింది. మీరు నన్ను క్షమిస్తే.....

బ్రహ్మ : చలమయ్యా! నువ్వెప్పటికీ మావాడివే. మా ఆప్తుడివే! నాకు కొడుకులాంటివాడివే! నువ్వు అమాయకుడివి. సహజంగా చెడ్డవాడివి కావు. ఏనాటికయినా మంచివాడివి అవుతావనే నా నమ్మకం.

చల : కృష్ణా!

కృష్ణ : చలమాయ్!

చల : నేన్నీకు ద్రోహం తలపెట్టాను. ఇప్పుడు పశ్చాత్తాపపడుతున్నాను. నన్ను మన్నించు!

కృష్ణ : అదంతా మర్చిపో చలమాయ్

చల : సరిహద్దు సర్వేరాయి జరిపి, పొలం గదుం కోబోయాను తప్పే! మన్నించు శివం!

సదా : అయ్యో నేనెంతటివాణ్ణి! నన్ను మీరు మన్నిస్తే చాలు.

చల : నువ్వు నన్ను ఎప్పుడో మన్నించావు శివం. లేకపోతే చచ్చిపోవలసినవాణ్ణి చావునుంచి రక్షిస్తావా? నువ్వు మామూలు మనిషివి కాదు. సాక్షాత్తు భగవంతుడివి.

సదా : అంతమాట అనొద్దన్నా!

చల : లక్ష్మీ! మీ మనస్సెరక్కుండా ప్రేమంటూ నిన్ను వేధించాను. కసితో ఆకాశరామన్న ఉత్తరం రాశాను. పగతో మీ మిద్దె తగలబెట్టించాను. మీ ఇంట్లో దొంగతనం చేయించాను. నన్ను నువ్వు క్షమించలేవు లక్ష్మీ!

లక్ష్మి : నా పేరుతో నన్ను పిలిస్తే నీ నాలిక పీలికలయి పోద్ది, అట్టా పిలవ్వద్దు.

చల : పిలవను వదినా!

లక్ష్మి : ఏమన్నావు?

చల : ఇక అలా పిలవను వదినా.

లక్ష్మి : ఎంత చల్లని మాట అన్నావయ్యా!

చల : నీ ఆస్తి పాస్తులు ధ్వంసం చేశాను. నన్ను క్షమించు వదినా!

లక్ష్మి : అంతా అయిపోయిందిగా. ఇప్పుడే చేయగలం! పోనీలే ఏం చేస్తాం?

చల : కృష్ణా! నీ చిన్ననాటి తమ్ముణ్ణి! చలమాయ్‌ని క్షమిస్తావా?

కృష్ణ : తమ్ముణ్ణి క్షమించటమేమిటి? నువ్వు మారావు. మనకు అంతే చాలు. మనిషి తప్పులు దిద్దుకొంటే దేవుడే!

చల : వదినా! నేను చేసిన ఏ తప్పులయినా దిద్దుకోవచ్చుకానీ, నీ శీలానికి, నీ ఆస్తికి, నీ హృదయానికి చేసిన గాయం మాన్పలేనిది.

బ్రహ్మ : ఏ గాయమైనా కాలమే మాన్పుతుంది. దిగులుపడకు.

చల : నన్ను క్షమించండి! మీరంతా నన్ను మన్నించండి!

లక్ష్మి : నువ్వు మంచివాడిని కావటం కంటే మేం మరేమీ కోరుకోమయ్యా! మాకందరికీ క్షమించేంతగా ఏ కష్టమూ లేదు.

చల : తమ్ముడూ శివం. వీళ్ళందరూ నన్ను క్షమించారే కాని, ప్రాణభిక్ష పెట్టలేదు. నువ్వు నాప్రాణం కాపాడావు. చంపవలసిన వాణ్ణి బ్రతికినావు. నన్ను మన్నించి అన్నగా స్వీకరించగలవా?

సదా : నాకు మేలేమిటో, కీడేమిటో తెలియదు. ఆవేశపరుణ్ణి. ఆవేశంలో నేను ఏ పొరపాట్లు చేశానో నన్ను క్షమించన్నా!

చల : కాదు! నువ్వే నన్ను క్షమించాలి.

సదా : నువ్వే!

బ్రహ్మ : అన్నదమ్ములమధ్య క్షమాపణ లెందుకుగాని...

చల : నిన్ను కౌగిలించుకోటానికి – నాకు చేతులిచ్చిన తమ్ముడూ! ధన్యుణ్ణి.

(సదాశివం చలమయ్య వాటేసుకొన్నారు)

కృష్ణ : చలమాయ్! ఇటురా!

చల : (దగ్గరకు వెళ్ళాడు)

కృష్ణ : (భుజం మీద చేయివేసుకొని లోనికి తీసుకెళ్ళాడు)

లక్ష్మి : మామయ్యా! మన మిద్దె!

బ్రహ్మ : భయం లేదమ్మా!

(ఏకోనారాయణ వచ్చాడు)

ఏకో : సావిడి సప్పుగా కాలూరుకొందా? కోపంగా బూడిద లేస్తావుంది. మిద్దెమంటలార్పేశారు. నష్టమేమీ లేదు. గొడ్డ మెడల పలుపుతాళ్ళు ఎవరిప్పారోగాని, నా సామిరంగా, ఏం దూకుళ్ళు దూకాయయ్యి! ఇల్లు గాలి ఒకటేదుత్తుంటే మా పొట్లపాదులు పాదయ్యాయని రంగయ్య ఒకటే గోల! – ఏమమ్మా మరదలా? ఇల్లా వాకిలీ చూడాలనిపించలేదా?

లక్ష్మి : మీరంతా ఉండగా నేనేం చూసేదీ! చేసేదీ! పశువులు బతికి ఉన్నాయిగా – అంతేచాలు. సావిడి బూడిద చూస్తే– తట్టుకోలేను – ఇక్కడ ఒక్కపనా?

ఏకో : ఫైరింజన్ వాళ్ళు పైపులతో నీళ్ళు కొడుతుంటే ఆ బుసబుసలు ఆ రుసరుసలు చూసి తీరాల్సిందే! మంటల పొగా, నీళ్ళు పొగలాగా కర్రా బిళ్ళా ఆడుకొన్నాయి. మరి గలిత్తే - క్షణాల్లో మంటలు మాయం. బూడిద బురద ఖాయం.

బ్రహ్మ : ఇల్లు గాలుతుంటే నీకు ఏడుపు రాలేదా నారాయణ!

ఏకో : ఏడుపా? అదేంమాటండి. ఎవరూ ఏడ్చేది? ఆడపిల్లలు. కాలే ఇంటిని చేతయితే ఆర్పాలి. చాతగాలేదా? చూస్తూ ఉండాలి. ఏడిస్తే ఏమొస్తుంది? ఇల్లు తగలబడకుండా ఏడవాలిగాని, తగలబడుతుంటే ఏడవటమెందుకు? నవ్వినా, ఏడ్చినా కాలే ఇల్లు కాలేది కాలేదే! మరిగలిత్తే - అనుకొన్నప్పుడల్లా తగలబడే ఇల్లు చూడగలమా? అవకాశం వచ్చినప్పుడు హాయిగా చూడటమే!

బ్రహ్మ : బాగుందయ్యా నీ వరస.

ఏకో : నా వరస బాగుంటానికేం లెండి. పుల్లడి వరస చూడాలి. వాణ్ణి పట్టుకోబోయినప్పుడు వాడి మొఖం చూడాలి. ఏం మజా? వాణ్ణి మంటల్లో పడెయ్యండిరా అంటే వాడు పరుగుపెట్టిన వాటం చూసి తీరవలసిందే! ఏ సినీమాలో చూడగలం? మరిగలిత్తే, అవికాళ్ళా? కాదు ఇనపకడ్డీలు! ఏం దూకాడు. ఏం లగెత్తాడు? ముళ్ళూ గిళ్ళూ జాంతానై, రాళ్ళూ రప్పలు లెక్కేలేదు. కంపా కంచె కాళ్ళకా అడ్డం! ఆగితే ఒట్టు! మళ్ళీ కనబడితే నీ చెప్పుతో కొట్టు -

బ్రహ్మ : పాపం ప్రాణభయంకదా!

చల : అట్టాటి ఇట్టాటి పరుగా, నీ బోటిగాడికి, కల్లోకూడా కనబడదు!

లక్ష్మి : మిద్దె కాలిపోతే...

ఏకో : కాక! బూడిదే! దొంగలుపడ్డ ఇల్లయినా ఫరవాలేదు గాని, అగ్గిపడ్డ ఇంట్లో ఏంది మిగిలేది? బూడిదే!

లక్ష్మి : అయ్యో దేవుడా?

ఏకో : ఏమీ కాలేదులేమ్మా. భయంలేదు.

ఏకో : ఏమయ్యా శివం! నీపని మాంఛి ఎగూపు దిగూపుగా ఉందే? ఏంకత?

సదా : ఏముందన్నా?

ఏకో : ఏమీ లేకపోవటమేమిటి - ప్రియుడు ప్రేయసిని కోట దాటించి గుర్రంమీద కూర్చోబెట్టుకొని, జైపరమేశా అన్నట్లుగా చలమయ్యను ఎగరేసుకొచ్చావే-మరిగలిత్తే-ఏడా మానుబావుడు?

సదా : ఇంట్లో అన్నతో మాట్లాడుతున్నాడు, అదుగో వస్తున్నారు!

(కృష్ణమూర్తి, చలమయ్య వచ్చారు)

ఏకో : లోపలున్నారా! బతికించారు! ఎక్కడున్నారో ఏం ప్రళయమో అని - మరిగలిత్తే - వణికిచస్తున్నాను.

చల : నా ఆశలేవీ తీరలేదు. క్రూరుణ్ణయి కష్టాలు కల్పించాను.

ఏకో : పోనీ లేద్దూ, ఇప్పుడవన్నీ ఎందుకు?

చల : నేనల్లిన సాలెగూట్లో నేనే బందీనయ్యాను. అయినా బాధలేదు. మీకు స్నేహితుడుగా సోదరుడుగా మెలగలేకపోయాను. నా పాత బతుకు పాతిపెట్టేస్తాను.

ఏకో : ఎంతమంచి మాట వింటున్నాను చలమయ్య!

చల : చిన్న నాటినుంచి కాపాడిన బ్రహ్మయ్యగారికి, ప్రాణరక్షణ కల్పించిన సదాశివానికి పడ్డ ఋణం తీర్చుకోవాలి.

ఏకో : మంచిమాటే.

చల : గ్రామానికి విలన్‌గా కనిపించినా, దేశానికి హీరో కావాలని ఆశ.

ఏకో : నీ ఆశ నెరవేరుతుంది. సరేనా?

చల : నేను కలిగించిన నష్టం తీర్చటానికి నా ఆస్తి పాస్తులు బ్రహ్మయ్య వారి చేతుల్లో పెడుతున్నాను.

ఏకో : ఏంచెయ్యాలని నీ ఆలోచన?

చల : దేశసేవ చేసే భాగ్యం కోసం ఎదురు తెన్నులు చూస్తున్నాను. అమాయకులకు ఆగ్రహం తెప్పించిన నేను ఇంకా ఇక్కడ ఉండటానికి పనికిరాను. సైన్యంలో చేరతాను. దుర్మార్గులైన శత్రువులకు శత్రువుగా మారి, వాళ్ళను అంతం చేసి, దేశ సేవకుణ్ణయి, మీ మిత్రుణ్ణయి, మళ్ళీ ఊళ్ళో కాలుబెడతాను. దేశసేవ చేసే సైనికుడుగా నన్ను ప్రభుత్వం ఆదరిస్తుందేమో చూడాలి.

కృష్ణ : నా తమ్ముళ్ళిద్దర్నీ, నేను వదిలివచ్చిన స్థానం భర్తీ చేయటానికి మన గ్రామం మిలటరీలోకి పంపుతుంది. వీళ్ళు వదిలి వెళ్ళే రైతు బాధ్యతలు ఇద్దరివీ నేను నిర్వహిస్తాను. భారత స్వరాజ్య లక్ష్మి ఆనందిస్తుంది. మీరు వెళ్ళి రిక్రూటింగ్ ఆఫీసర్ని కలవండి. మీకు మేలు జరుగుతుంది.

(స్టేజి మీద ఒక్కక్షణం లైట్లు ఆరిపోయి మళ్ళీ వెలుగుతాయి.

స్థలం: మామూలే! బ్రహ్మయ్య ఇంటి వసారా!

రంగస్థలం మీద బ్రహ్మయ్య! కృష్ణమూర్తి, ఏకో నారాయణ, స్వరాజ్య లక్ష్మి ఉంటారు.

కృష్ణ రేడియో ఆన్ చేశాడు. అందరూ వింటున్నారు)

రేడియో : (తెరలోంచి వినబడుతుంది)

ఇప్పుడే అందినవార్త, భారత ప్రధానమంత్రి పండిట్ జవహర్‌లాల్ నెహ్రూ మనకిక లేరు–

కృష్ణ : నిజమా? ఏమిటిది? ఎందుకిలా జరిగింది!

బ్రహ్మ : అది అబద్ధమయితే – దేవుడా! ఈ వార్త అబద్ధం చెయ్!

ఏకో : అయ్యోరాత!

లక్ష్మి : నలభై కోట్ల భారతీయులు దిక్కులేని పక్షులు కావలసిందేనా? మన ప్రియతమ నాయకుడు మనల్ని వీడిపోయాడా?

బ్రహ్మ : అమ్మ! స్వరాజ్యలక్ష్మీ! నువ్వు విచారించకమ్మా! భారతమాత సౌభాగ్యం కాపాడటానికి ప్రతి భారతీయుడూ పరమవీరుడై ప్రజ్వలిస్తాడు.

కృష్ణ : ఒక శకం గతించింది. గాంధీ గతిస్తే గగ్గోలు పెట్టింది దేశం. కానీ ఆయన సిద్ధాంత వారసుడు నెహ్రూజీ మహాశయుడు దేశమాతను భద్రంగా కాపాడాడు. నెహ్రూజీ వారసులు దేశ సౌభాగ్యం సంరక్షిస్తారు గాక! ఆయన ఆశలూ, ఆశయాలూ స్వాతంత్ర భారతిని చిరంజీవిగా దీవించుగాక!

బ్రహ్మ : కృష్ణా! దేశపురోగతి కోసం ప్రతిప్రాణీ అప్రమత్తంగా కృషి చేయాలి. ఇవాళే కొత్తనేత వస్తాడు. దేశ భవితవ్యం కాపాడతాడు. నూత్న ప్రధాన మంత్రి కనుసన్నల్లో స్వరాజ్యలక్ష్మి విరాజిల్లుతుంది. కృష్ణా! నీకూ స్వరాజ్య లక్ష్మికి వెంటనే పెళ్ళి జరగాలి బాబు!

కృష్ణ : మీ యిష్టం నాన్నా!

ఏకో : తింటానికి తిండి, కట్టుకోను బట్ట, ఉంటానికి ఇల్లు నిరుపేదలందరికీ కల్పించబూనిన నేత, పంచశీలతో ప్రపంచానికి శాంతి సందేశం అందించిన నాయకుడు,

ఆశల కూడలిలో అల్లాడిపోతున్న అమాయిక జీవుల జీవితాలలో వెలుగులు నింపిన మహాశయుడు,

స్వర్గం నుంచైనా శుభాశీస్సులు కురిపించుగాక!

బ్రహ్మ : భిన్న మతాలు, విభిన్న భాషలు, అనేక కులాలు, వేరు వేరు రాష్ట్రాలుగా వేరు పడి ఉన్న భారతీయత ఇంత భిన్నత్వంలో ఏకత్వం సాధించుగాక.

కృష్ణ : ఈ శకం ముగిసిపోదు. నెహ్రూజీ బతికే ఉంటాడు. పంచశీలకు, ప్రణాళికలకు అంకితమైన జాతి, శాంతికీ, అహింసకు, ధర్మానికి కట్టుబడ్డజాతి, కలకాలం వర్ధిల్లుతుంది.

బ్రహ్మ : నీలో నాలో ప్రతిప్రాణి హృదయంలో నెహ్రూజీ ఉంటాడు. ఈ భూమిలో, ఈ నదుల్లో, ఈ గాలిలో ఈ నిప్పులో, ఈ నింగిలో, నెహ్రూజీ కలకాలం ఉంటాడు. మన పీల్చే గాలిలో, పెంచే పంటలో, తినే అన్నంలో నెహ్రూజీ ఉంటాడు. ఈ నేలమీద నుంచి నింగిదాకా జాతీయ పతాకం ఎగురుతూనే ఉంటుంది. ఈ దేశాన్ని నెహ్రూజీ శాశ్వతంగా కాపాడుతుంటాడు.

(సదాశివం వచ్చాడు)

(పూలమాలలు తెచ్చాడు)

సదా : అన్నయ్యా! మమ్మల్ని సెలెక్ట్ చేశారు. రేపే వెళ్ళాలి.

కృష్ణ : సంతోషం తమ్ముడు, నా తమ్ముళ్ళు మనదేశాన్ని కాపాడే సైనికులు అనుకొంటుంటే గర్వంగా ఉంది.

లక్ష్మి : యావత్ భారత్ దేశం విచారంలో మునిగి ఉన్నరోజు –

సదా : ఆనందం కలిగించటానికి, కన్నీరు తుడవటానికి మేం సైన్యంలో చేరుతున్నాం వదినా!

బ్రహ్మ : నాకింట్లో ఎప్పుడూ ఒక కొడుకే ఉంటున్నాడు. అయినా సంతోషమే! నువ్వు విజయుడివై, నేను జీవించి ఉండగానే వచ్చి, నా కళ్ళపండగ జేస్తావు శివం.

సదా : మీ ఆశీర్వాదం నాన్నా!

ఏకో : అయ్యా సదాశివం, ఆవేశం తగ్గించుకొని, ఆలోచన పెంచుకొని – మరిగలిత్తే – దేశ సేవ చెయ్యాలయ్యో!

సదా : మీ దీవెనలే నాకు శ్రీరామరక్ష.

బ్రహ్మ : మీరిద్దరూ నువ్వు, చలమయ్యా మన వూరికే గర్వం కలిగిస్తారు.

సదా : మీ దయ నాన్నా!

కృష్ణ : మీరంటే నాకెందుకో పట్టరాని పరవశం తమ్ముడు.

సదా : మీరీరోజే భార్యాభర్తలు కావాలి. స్వరాజ్యలక్ష్మి వదినెను నిండు సుమంగళిగా చూసే నేను ప్రయాణం కావాలి.

లక్ష్మి : నువ్వెంత మంచివాడివయ్యా!

కృష్ణ : తమ్ముడూ! నీ సోదరప్రేమ నాకు ఆనందబాష్పాలు అనుగ్రహిస్తూ ఉంది.

ఏకో : గుడికి పోదామా?

బ్రహ్మ : భారత జాతీయ పతాకం ఉండగా వేరే గుడిదేనికి?

ఏకో : పూజారి?

బ్రహ్మ : నువ్వే!

కృష్ణ : నీకంటే మంచి మనస్సున్న మనిషి మాకెవరున్నారు?

బ్రహ్మ : ఈ దేశంలో అన్నదమ్ముల అనుబంధం, అనురాగం, ఆత్మీయత యుగయుగాలకు, తరతరాలకు వెలుగొందుగాక

(ఏకోనారాయణ, రెండు పూలమాలలు ఇద్దరికీ ఇస్తాడు. స్వరాజ్య లక్ష్మి, కృష్ణమూర్తి పరస్పరం వేసుకొంటారు)

(ఏకో నారాయణ, బ్రహ్మయ్య, సదాశివం చప్పటు కొడుతూ నవ్వుతూ ఉంటారు)

ఏకో : స్వరాజ్యలక్ష్మి కృష్ణమూర్తులు సాక్షాత్తు లక్ష్మీనారాయణులులాగా వెలిగిపోతున్నారు. ఆ నవ్వులు చూడండి! అమ్మా! ఆ సిగ్గులు చూడండి.

సదా : (ఆనందబాష్పాలతో) పార్వతీ పరమేశ్వరులు మిమ్మల్ని కాపాడతారు

(అన్నావదినెల కాళ్ళకు నమస్కరించాడు)

బ్రహ్మ : నాయనా సదాశివం! అనతికాలంలో మిలటరీనుంచి ఆరోగ్యవంతుడి విగా వచ్చి పెళ్ళాడి, భార్యాపిల్లలతో సుఖసంతోషాలతో జీవించాలని ఆశీర్వదిస్తున్నాను.

ఏకో : బ్రహ్మయ్యగారూ! సరస్వతి నర్తించే మీ నాలుక పలికిన పలుకులు శిలాక్షరాలు. అవి నెరవేరితీరతాయి.

సదా : అందరికి నమస్కారాలు.

బ్రహ్మ : (కొడుకును కౌగిలించుకొంటాడు)

సదా : మరి నాకు సెలవు అనుగ్రహించండి.

లక్ష్మి : ఒక్కక్షణం ఉండయ్యా- (లోపలికి పోయి హారతి తెస్తుంది)

బ్రహ్మ : (జాతీయ పతాకం ఎదుట మోకరిల్లాడు)

లక్ష్మి : (పతాకానికి, సదాశివానికి హారతి పడుతుంది)

బ్రహ్మ : మనమందరం, మనదేశాన్ని, దేశ స్వాతంత్ర్యాన్ని అప్రమత్తులమై అహింసామార్గంలో కాపాడుకొంటాం. జైహింద్!

అందరూ : (ఆ మాటలు తిరిగి చెప్పారు)

బ్రహ్మ : (సదాశివాన్ని ముద్దులతో ముంచుతాడు)

కృష్ణ : అన్నను మించిన తమ్ముడివి కావాలి నువ్వు! (కౌగిలించుకొంటాడు)

సదా : అన్న అంతటివాణ్ణి అయితే అదే పరమవరం.

లక్ష్మి : (నుదుట తిలకం దిద్ది హారతి పట్టి)

విజయుడై తిరిగిరావాలి. విజయుడివై - విజయుడివై విజయుడివై తిరిగి రావాలి.

సదా : జైహింద్ ! జైహింద్ ! జైహింద్!

(తెర)